பந்தயம்

பந்தயம்

அமுதா ஆர்த்தி

எதிர்
வெளியீடு

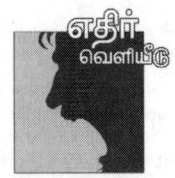

பந்தயம்
சிறுகதைகள்
அமுதா ஆர்த்தி

முதல் பதிப்பு: ஜனவரி 2025

எதிர் வெளியீடு
96, நியூ ஸ்கீம் ரோடு, பொள்ளாச்சி - 642 002
தொலைபேசி: 04259 226012, 99425 11302

விலை: ரூ. 180

Pantayam
Short Stories
Amutha Aarthi

Copyright © Amutha Aarthi
First Edition: January 2025

Published by
Ethir Veliyeedu, 96, New Scheme Road, Pollachi - 2
email: ethirveliyedu@gmail.com
www.ethirveliyeedu.com

ISBN: 978-93-48598-39-4
Cover Design: Harisankar
Printed at Jothy Enterprises, Chennai.

All rights reserved. No part of this book may be reprinted or reproduced or utilised in any form or by any electronic, mechanical or other means, now known or hereafter invented, including Photocopying and recording, or in any information storage or retrieval system, without permission in writing from the Publisher.

அமுதா ஆர்த்தி

கன்னியாகுமரி மாவட்டம் வில்லுக்குறி பேரூராட்சிக்கு உட்பட்ட கொல்லாஞ்சிவிளை என்னும் ஊரில் வசித்து வருகிறார். அமுதா என்பது இயற்பெயர். மகளின் பெயரைக் கூடவே சேர்த்து அமுதா ஆர்த்தி என்ற பெயரில் சிறுகதைகள் எழுதிவருகிறார். படிகம் புத்தக மையத்தில் தட்டச்சராகப் பணிபுரிந்து வருகிறார்.

இதுவரை 'பருந்து' எனும் சிறுகதைத் தொகுப்பும் 'கடலுக்கு பறவையின் குரல்' என்னும் கவிதைத் தொகுப்பும் வெளிவந்துள்ளன.

என் முதல் வாசகராக மாறிய மகள் ஆர்த்திக்கு

என்னுரை	11
ரயிலைத் துரத்தும் இரவு	13
காகிதப்பொதி	22
பந்தயம்	30
நேசர் உணவகம்	38
சூலிக்குட்டி	48
நேசமிகு சுவர்கள்	57
செம்மண்	65
இரவுக்கு அம்மாவின் சாயல்	74
தென்னம்பஞ்சு	84
சூரிய நிர்வாணம்	96
உப்பு நீர்	105
நட்சத்திரச் சிவப்பு	114

என்னுரை

பெருங்காட்டில் தனித்துவிடப்படுகிற மனநிலையே கடந்த காலம். வாழ்க்கையில் பயம் மட்டுமே தொற்றிக்கொள்ள, காலம் அதன் போக்கில் அடையாளம் கண்டது. ஒவ்வொருவருக்குள்ளும் ஏராளமான கதைகள் உண்டு. அக்கதைகள் சொல்வதில் வேறுபடுகின்றன. அவற்றை எழுதி முடித்ததும் இலகுவான மனநிலை உருவாகிறது. இந்த மனநிலைக்காகவே மீண்டும் மீண்டும் கதைக்குள் கதையாக இருக்க விரும்புகிறேன்.

உணர்ச்சி மேலெழும்போதெல்லாம் சட்டென ஒரு மனிதன் தோன்றி மறைகிறான். பெரும்பாலும் அவன் எல்லா மனிதர்களுக்குள்ளும் வாழும் உண்மை மனசாட்சியின் சாயல். பல நேரங்களில் மனிதனின் எண்ணம் கொடூரமானதாக இருக்கிறது. அவ்வப்போது ஏற்படும் மாறுதல்கள் எழுத தூண்டின. வெறுமைக்குள் ஒரு அற்புதத்தை நிகழ்த்திக் காட்டின. வாழ்க்கையின் அர்த்தம் விரிவடைந்துகொண்டே போனது.

முதல் தொகுப்பின் மூலம் நிறைய இலக்கிய உறவுகளும் நண்பர்களும் தோழிகளும் கிடைக்கப் பெற்றேன். குறிப்பாக, பருந்து தொகுப்பை வாசித்து, “என் வாழ்க்கையைப் பிரதிபலித்தீர்கள்” என்று தோழி கவிதா ஆறுமுகம் சிலாகித்துச் சொன்ன வார்த்தைகள் ஊக்கமளித்தன. ‘தொடர்ந்து எழுதுங்கள்’ என உற்சாகமூட்டின, கவிஞர் ரோஸ் ஆன்றாவுக்கு நன்றி.

என் எழுத்தை நேசிக்கும் முகம் அறியா வாசகர் திரு. பழனியப்பன், ஒவ்வொரு முறையும் கதையை வாசித்துக் குறைகளும் நிறைகளும் பாராட்டுவார். இதனால்

சோர்வடையாமல் எழுத முடிகிறது. இப்படியான விமர்சனங்கள் மேலும் உற்சாகமூட்டுகின்றன.

கதைகளைப் பிரசுரித்த இலக்கிய அச்சு இதழ்கள் மற்றும் இலக்கிய இணைய இதழ்களுக்கு நன்றி. புத்தகம் வெளிவர காரணமாக இருந்த எழுத்தாளரும் மொழிபெயர்ப்பாளருமான கார்த்திகைப் பாண்டியன் அவர்களுக்கும், கதைகளைப் பதிப்பிக்கும் திரு. அனுஷ் அவர்களுக்கும் எதிர் வெளியீட்டு நிறுவனத்திற்கும் என் பேரன்பும் நன்றியும் உரித்தாக்குகிறேன்.

18-10-2024

வில்லுக்குறி

அமுதா ஆர்த்தி

amuthaarthi7870@gmail.com

ரயிலைத் துரத்தும் இரவு

நினைவுகள் அற்ற தூக்கம் வேண்டும், இரண்டு மணி நேரமாவது. அம்மா வீட்டில் போய்த் தூங்கப்போகும் தூக்கம் பலவகைக் குழம்பு பொரியலுடன் சாப்பிடும் சாப்பாட்டிற்கு இணையானது, அந்தத் தூக்கத்தை நினைத்தபடி, விருத்தாச்சலம் ரயில் நிலையத்தில் குழந்தைகளோடு நின்று கொண்டிருந்தாள்.

ஒரேயொரு டர்க்கி டவல்; அவள் வீட்டின் உரிமையாளர் வக்கீல் கடனாகக் கொடுத்த ஐந்நூறு ரூபாய்; டிக்கெட் போக மீதி இருந்தது. மூன்று மாத ஆண் குழந்தையைத் தோளில் சுமந்தவாறு, மூன்று வயது பெண் குழந்தையோடு விரைந்து வரும் இரவு ரயிலில் இடம் பிடிப்பதைப் பற்றி யோசித்தாள்.

முன் பதிவு செய்யப்படாத பெட்டியில் நெருக்கம் இல்லாமல் இருக்க வேண்டுமே என வேண்டிக் கொண்டாள். சில நிமிடங்கள் மட்டுமே நிற்கும் கன்னியாகுமரி எக்ஸ்பிரஸில் எப்படி ஏறுவது? ஒருத்தியாக இருந்தால் ஏறிவிடலாம். தோளில் தூங்கும் குழந்தைக்கு டிசம்பர் மாதக் குளிர் காய்ச்சல் அடிப்பதுபோல் இருந்தது. காலையில் இருந்தே அவள் உடல் சுடுவது போலவும் குளிர்வது போலவும் இருந்தது. வீட்டிற்குப் போனதும் இதையே காரணம் சொல்லி நல்லா தூங்கணும், எனத் தனக்குள் சொல்லிக் கொண்டாள்.

நிலையம் பரபரப்பாக இயங்க ஆரம்பித்தது. ரயில் வருவது அறிவிக்கப்பட்டவுடன் பொருட்களைச்

சுமந்தபடி பயணிகள் தங்களுக்கான பெட்டி நிற்கும் இடத்தைத் தேர்வு செய்தார்கள். டீ, காபி விற்பவர்களுக்கு ஐந்து நிமிடத்தில் விற்பனைக்கான அவசரம். தூரத்தில் கேட்கும் ரயிலின் ஊளைச் சத்தத்திற்கு அருகில் நின்றிருந்த புங்கை மரம் தலை விரித்தாடுவது போன்று அசைந்தது. ஆங்காங்கே சுருண்டு கிடந்த நாய்களில் ஒன்று எழும்பி நின்று வேடிக்கை பார்த்தது.

முன்பதிவு செய்திருந்த நபர்களைப் பார்க்கப் பொறாமையாக இருந்தது. திட்டமிட்டுப் போவதாக இருந்தால் அவர்களைப் போல போகலாம். எந்தத் திட்டமும் இல்லாமல் வந்துவிட்டோம் என நினைத்தாள். ரயில் வந்து நின்றது. பொதுப் பெட்டியை நோக்கிக் குழந்தையைப் பிடித்த வண்ணம் ஓடினாள். ஐயோ கடைசிக்குப் போகணுமே, மூச்சுவாங்கியபடி குழந்தையும் அவளும் நின்றார்கள். மீண்டும் குழந்தையைக் கூட்டிக் கொண்டு ஓடினாள். மகளிர் பெட்டியில் ஏறிவிடலாம் எனக் கால் வைக்கப்போனபோது, "ஏம்மா பச்ச கொழந்தையை வச்சிக்கிட்டு இந்த நெருக்கத்துல வாற? இங்க பாரும்மா கால் வைக்கக்கூட எடமில்ல."

அவள் சொன்னது உண்மைதான். ஆனால், "ஏறிக்கொண்டால் போகப்போகச் சரியாகிவிடும்" என்றாள்.

"போம்மா ஆம்பிள்ளைங்க பெட்டிக்கு, அங்க போனா இடம் கிடைக்கும்" என்றாள் ஒருத்தி.

அங்கு சென்று பார்த்தபோது அது மகளிர் பெட்டியை விடவும் மோசமான நிலையில் இருந்தது. வலையில் அரித்து வாரிக் கொண்டுபோகும் மீன் கூட்டங்களைப்போன்று மனிதர்கள் முண்டியடித்துக் கிடந்தார்கள். என்ன செய்வதென்றே தெரியாமல் ரயிலும் புறப்பட்டது. மனமும் உடலும் பெரும்பாரத்தைச் சுமப்பதாய் உணர்ந்தாள். அடுத்து வருவது அனந்தபுரி எக்ஸ்பிரஸ். வருவதற்கு இன்னும் வெகுநேரம் காத்திருக்க வேண்டும். சலித்தபடியே குளிரில் நடுங்கும் குழந்தையை அணைத்துக்கொண்டாள். இந்த அனந்தபுரியை விட்டால் துண்டு துண்டாக ஏறித்தான் நாகர்கோவில் போய்ச் சேர வேண்டும். இதிலாவது எனக்கும் என் குழந்தைகளுக்கும் இடம் கிடைத்துவிடாதா என நினைத்தாள்.

சிறிது நேரத்தில் அனாதையான ரயில் நிலையம், ஓவெனக் கதறி அழுவதைப்போல இருந்தது. உரிமை மீறிய உறவின் பிரிவு.

சொல்ல முடியாத வருத்தங்களோடு ரயில் மறையும் வரை பார்த்தாள். வேடிக்கை பார்த்த நாய் தள்ளிப்போய் மண்ணைப் பறண்டிச் சூடு உண்டாக்கிச் சுருண்டு படுத்துக்கொண்டது. அது தூங்குவதைக் கூட ஏக்கத்தோடு பார்த்தாள். மரத்தடி பெஞ்சில் தூக்கக் கலக்கத்தோடிருந்த பெண் குழந்தையை மடிமீது சாய்த்தவாறே அடுத்த ரயிலுக்காகக் காத்திருந்தாள்.

குளிர்ந்த காற்றில், தண்டவாளத்தின் மறுகரையில் நின்ற அரசமரத்தில் தூக்கம் தொலைத்த கொக்கு ஒன்று அவ்வப்போது சத்தம் எழுப்பிய வண்ணம் இருந்தது. டீக்காரரிடம் ஒரு டீயை வாங்கிக் குழந்தைக்கும் கொடுத்துத் தானும் குடித்தாள். இந்தக் குளிருக்கு இவர் தரும் சுடுதண்ணியும் இதம்தான்.

பிளாட்பாரத்தில் ஒரு குடும்பம் படுத்துக் கிடந்தது. குழந்தைகள் உட்கார்ந்து எதையோ சாப்பிட்ட வண்ணம் இருக்க, கணவனது மடியில் மனைவி தலைவைத்துத் தூங்கிக்கொண்டிருந்தாள். பல முறை அவர்களை நோட்டமிட்டவளைப் படுத்திருந்தவளின் கணவன் கவனித்ததைப் பார்த்து, அவர்களைப் பார்ப்பதை வலுக்கட்டாயமாகத் தவிர்த்தாள்.

டீ விற்பவர் பாத்திரத்தை அருகில் வைத்தவாறே குட்டித் தூக்கம் ஒன்று போட்டார். அங்கும் இங்கும் நடைபாதையில் போலீஸ்காரர்கள் நோட்டமிட்டவாறே சென்றனர். அதில் ஒரு வயதான போலீஸ்காரர் கேட்டார்.

“ஏம்மா எங்க போற?”

“நாகர்கோவில் சார்.”

“இப்ப போச்சேம்மா போயிருக்கலாம் இல்ல?”

“கூட்டமா இருந்துச்சு.”

“ம். குழந்தைங்கள வச்சிக்கிட்டு ஏறுறது கஷ்டம்தான். ஆமா, நாளைக்கு கிறிஸ்மஸ். அதுதான் நிறையப் பேர் போறாங்க. அடுத்து வாற வண்டியிலேயும் கூட்டமாத்தான் இருக்கும். தூங்குற புள்ளைய மூடிவிடும்மா. குளுந்த காத்து வீசுது” என்றார். டர்க்கியை வைத்து மூடிவிட்டாள்.

குழந்தையின் மூத்திரச் சூடு ஒருநிமிடக் கதகதப்பைக் கொடுக்க, சேலையும் உள்ளாடையும் சேர்ந்து நனைந்து குளிரை அதிகப்படுத்தின. வெகுநேரம் அடக்கிவைத்திருந்த சிறுநீர் உடனே

கழிக்கவேண்டும்போல் இருந்தது. பாத்ரூம் போகலாமென்றால் கொஞ்சதூரம் போணும். தூங்கும் குழந்தையை என்ன செய்ய? டீக்காரரிடம் கவனிக்கச் சொல்லலாமா? வேண்டாம் யாரை நம்புறது? அந்த வயதான போலீஸ்காரர் வருகிறாரா என்று பார்த்தாள். அவரையும் காணவில்லை. 'வண்டியில் போய்தான் இருக்க வேண்டும் போல, இடம் கிடைத்துவிட்டால் போதுமே கடவுளே' என வேண்டினாள். வண்டி வருவதற்கான அறிவிப்பும் கேட்டது.

தூங்கும் குழந்தையைத் தட்டி எழுப்பினாள். "எழும்பும்மா நாம ஆச்சி வீட்டுக்குப் போறோம். வண்டி வருது பாரு." கண்களைச் சொக்கியவாறே அது சுருண்டு சரிந்து படுத்துக்கொண்டது.

"அப்போ நானும் தம்பியும் போட்டும்மா? நீ இங்கேயே படுத்துக்க."

குழந்தை எழும்பி உட்கார்ந்து அழ ஆரம்பித்தது. "நானும் வாறேன் உங்கூட."

பொதுப் பெட்டி சரியாக வந்து நிற்கும் இடம் பார்த்து ஏற்கெனவே அவள் உட்கார்ந்து இருந்ததால் ஓட வேண்டிய அவசியம் இல்லை. வண்டி வந்தது. முதல் வண்டியைப்போல அதிக பரபரப்பில்லை. கால்மணிநேரம் வரை நின்றது. எங்கும் கூட்டம் நிரம்பி வழிந்தது. அவள் ஏறப்போகும் பெட்டியின் படிக்கட்டில் ஆட்கள் உட்கார்ந்து இருந்தார்கள். "உள்ளே விடுங்கள்" என்றாள்.

"நாங்க எழும்புறோம், உங்களால் போகமுடிந்தால் போங்க" என்றார்கள். ஒரு கால் வைக்கக்கூட இடமில்லாத இடத்தில் நாலுகாலுக்கு இடம் தேடுவது சிரமம் என எண்ணி இன்றைக்கு இந்த ரயில் நிலையம்தான் தஞ்சம்போல எனச் சலித்துக்கொண்டே முன்பக்கத்துப் பெட்டியைப் பார்த்து ஓடினாள். அவளைப் பார்த்த அந்த வயதான போலீஸ்காரர், "நில்லும்மா இங்க வா" என அழைத்துக்கொண்டு போய் டி.டி.ஆரிடம் நிறுத்தினார். "சார் பாவம் ஏத்திக்கோங்க, நாகர்கோவில் போணுமாம் அன்ரிசர்வ் பெட்டியில் கூட்டம் குறைந்ததும் இந்த அம்மாவ அங்க அனுப்பிருங்க. அதுவரை இவங்கள ஏத்திக்கோங்க" எனச் சொல்லவும் பச்சை சிக்னல் விழ, ரயில் புறப்படத் தயாரானது.

வேறு வழியில்லாமல் அவரும் சம்மதித்தார். டி.டி.ஆருக்கான அறை அது. சின்ன அறை. இரண்டுவாக்கிலும் அகலம் குறைந்த இருக்கை இருந்தது.

ரயில் வேகமெடுக்கக் குழந்தைகள் இருவரையும் தரையில் டர்க்கியை விரித்துத் தூங்க வைத்தாள். அவளும் குழந்தைகளுக்குப் பாதுகாப்பாக அருகில் உட்கார்ந்துகொண்டாள். டி.டி.ஆர் லைட் போட்டு எழுதிக்கொண்டிருந்தார். அவளிடம் எதுவும் கேட்டுக்கொள்ளவில்லை. அதுவே அவளுக்குப் போதுமானதாகப் பட்டது. அவசரமாகக் கழிவறைக்குப் போய் வந்தாள். ரயிலின் தடக்தடக் சத்தத்திற்குக் குழந்தை விழித்துக்கொண்டான். அவனை மடியில் வைத்தவாறே உட்கார்ந்திருந்தாள்.

“ஏம்மா கீழ இருக்க, மேல வந்து உட்காரு. எந்த ஊர் போணும்?”

“நாகர்கோவில்.”

மெல்ல எழுந்து இருக்கையில் உட்கார்ந்தபோது, அருகில் இருக்கும் டி.டி.ஆரின் முகத்தை அப்போதுதான் கவனித்தாள். முப்பத்தைந்து வயது மதிக்கத்தக்கவராக இருந்தார்.

மேலே இருக்கப் பிடிக்காமல் இருந்தவளை, “ஏன், சரியா சாஞ்சி உட்காருங்க. நீங்க ஆர்.சி. கிறிஸ்டியனா?”

“ம்” இதைத் தவிர அவளுக்கு ஒன்றும் சொல்லத் தோன்றவில்லை. கதைகளைச் சுமந்து செல்லும் இந்த ரயிலுக்கு “ம்” என்ற சொல்லே போதுமானதாகப்பட்டது.

“நாளைக்கு கிறிஸ்மஸ், அதனாலத்தான் ஊருக்கு போறீங்களா?”

“ம்”

“நல்லவேளை, நானா இருந்ததால ஏத்தினேன். பலர் ஏத்த மாட்டாங்க.”

“ம். நன்றி சார்.”

“கொழந்த தூங்கணும் இல்ல. லைட்ட அணைக்கிறேன். நீங்களும் பயப்படாம தூங்குங்க” என்றவாறே பயணிகளைப் பார்க்கச் சென்றார். அதற்குள் அவள் இருக்கையின் ஓரத்தில் தன்னைச் சரியாக இருத்திக்கொண்டு முந்தானையால் குழந்தையை மூடிப்பொதிந்து அணைத்துக்கொண்டாள்.

திரும்பி வந்த டி.டி.ஆர். எதிரேயிருந்த இருக்கையில் அமர்ந்து தலைசாய்த்துக் கண்ணை மூடினார். இவளோ, கவனித்தும் கவனியாதவள் மாதிரி தூக்கமில்லாத் தூக்கத்தைக் கொண்டிருந்தாள்.

ஏதோ நினைத்தவராகத் தன்னைச் சரிபடுத்திக்கொண்டு பேச ஆரம்பித்தார்.

“உங்க வீட்டுக்காரர் வரவில்லையா?”

“இல்ல.”

“ஏன்?”

“அவருக்கு வேலை முடியல, ரெண்டு நாள் கழிச்சி வருவாரு.”

“ஓ எதிர்பாராத பயணமோ?”

எதுவும் சொல்லாமல் இருந்தாள். தலையசைப்பதாய் நினைத்துக் கொண்டார் போலும். அவளோ சிந்தனையோடு ஒன்றிப்போனாள்.

திருமணம் ஆன புதிதில் ஒருமுறை மட்டுமே ரிசர்வேசன் டிக்கெட் எடுத்து வந்தது. அதன் பிறகு எல்லாமே அன்ரிசர்வ்தான். பிறந்த வீட்டிலேயே இருந்திருக்கலாம், கணவனை நம்பி வந்ததை நினைத்து வருந்தினாள். முதல் குழந்தையின் பிரசவத்தை அம்மா வீட்டில் பார்ப்பது கட்டாயம். இரண்டாவது பிரசவத்தை உன் கணவன்தான் பார்க்க வேண்டும். நாங்கள் பார்த்தால் செலவுக்கான பணத்தை அவர் தரவேண்டும் என்ற கண்டிப்புடன் அவளது இரண்டாவது பிரசவம் அம்மாவீட்டில் நடந்தது.

குழந்தை பிறந்த ஒரு வாரத்தில் வேலைக்குத் திரும்பி விட்ட கணவன் பணம் எதுவும் செலவுக்குக் கொடுக்கவில்லை. இதையே காரணம் காட்டி ஒவ்வொரு செயலுக்குப் பின்னும் பெற்றோர் சொல்லிக் காட்டினர். வீட்டுச் செலவுக்காகக் காலையில் எழும்பி வேலைக்குச் சென்றுவிடுவார்கள். இவள் தனிமையில் இரு குழந்தைகளோடும் உடலோடும் போராடினாள். குடும்பக்கட்டுப்பாடு பண்ணியது தெரிந்தும் சின்னச் சின்ன வேலைகள் செய்ய கட்டாயப்படுத்தப்பட்டாள். பதினைந்து நாளுக்குப் பிறகு வீட்டில் சமையல் வேலையும் இவளே செய்ய வேண்டியதாக இருந்தது. இங்கிருந்து இவ்வளவு சிரமத்தை

அனுபவிப்பதற்குப் பதில் அங்கு சென்றுவிடலாம் என அம்மியில் அரைக்கும்போது நினைத்துக்கொண்டாள். அங்கு வாடகை வீடாக இருந்தாலும் எல்லா வசதிகளும் இருக்கும். ‘தண்ணீர் தூக்க வேண்டாம், மிக்சி இருக்கும், மெதுவாகச் செய்தால் கூடபோதும்’ எனத் தோன்றியது.

இருபத்தைந்துநாள் கழித்து வந்த கணவனிடம் சொன்னாள், “நானும் கூடவாறேன் இங்க இருக்க கஷ்டமா இருக்கு.” அவனும் அவளையும் குழந்தைகளையும் அழைத்துச் சென்றான். வீட்டைத் திறந்து பார்த்தவளுக்குத் தலை சுற்றியது. வந்ததும் வாரததுமாகக் கணவன் சொன்னான், “காலை டிபனுக்கு தோசைமாவும் கோழிக்கறியும் வாங்கி வாரேன். மதியத்துக்கும் கறியே வச்சிக்கோ” என்றான்.

மூலையில் உட்கார்ந்து சிந்தித்தாள். மாயாஜாலத்தில் இந்த வீடு சுத்தமாக மாறியிருந்தால் எப்படியிருக்கும். ஒவ்வோர் இடமாக உற்று நோக்கினாள். கடையில் இருந்து வாங்கிய நாளான குழம்புப் பொட்டலங்கள், சாப்பிட்ட எச்சில் பாத்திரங்கள், மூலையில் கூட்டி வைக்கப்பட்ட உணவு மடக்கிய தாள்களின் அழுக்கடைந்த குப்பைகள், சிகரெட் சாம்பல்கள், காலி மதுக்குப்பிகள் என வீடு அலங்கோலமாக இருந்தது.

வெளிக்காட்ட முடியாத கோபம், கையறு நிலையில் உடல்நிலையைப் பொருட்படுத்தாது நான்கு நாட்களாகத் தொடர்ச்சியாக வேலைசெய்து வீட்டைச் சுத்தமாக்கினாள். வீடு ஒருவழியாக அவளோடு இணக்கம் கொண்டது. அவளோடு இணைய முடியா கோபத்தை வேறு வழியில் காட்டினான் கணவன். காலை தொடங்கினால் வீட்டு வேலை மற்றும் குழந்தைகள் பராமரிப்பு அலுப்பு, இரவு வந்தால் குடித்துவிட்டு வரும் கணவனின், பிறந்த வீட்டைத் திட்டும் வாய்பாடு. இதையே திரும்பத் திரும்பச் செய்யவும் கேட்கவும் வேண்டிய கட்டாயம். திட்டிற்குப் பதில் சொல்லாதததால் அடிக்கவும் உதைக்கவும் செய்தான். இதற்கு அம்மா வீட்டிலேயே இருந்திருக்கலாம் என்று அவளுக்குத் தோன்றியது. ஊருக்குப் போவதாகச் சொன்னாள். “போ, ஆனா பணம் என்கிட்ட இல்லை. துணி மூட்டைஎடுத்துட்டுப் போக என்னைத் தேடாத.” பாவம் அவளாலும் அவற்றைச் சுமந்து போக முடியாது.

இருட்டில் காலை ஏதோ பறண்டுவதுபோல் இருக்கக் கவனித்தாள். பறண்டல் நின்றது. சன்னலின் வழியாக இரயிலைத் துரத்தும் இரவைப் பார்த்தாள்.

டி.டி.ஆர் அவளிடம் "குழந்தையை கீழ படுக்க வைங்க கை வலிக்கப்போவுது. நீங்க கொஞ்சம் கால் நீட்டி சீட்ல தூங்குங்க" என்றார்.

"பரவாயில்ல" குழந்தையைச் சரிசெய்துகொண்டாள். கை வலிக்கத்தான் செய்தது. டி.டி.ஆரின் முகத்தை உற்று நோக்குகையில் கண்கள் பெண்ணுறுப்பாக மாறியிருந்தன. முதலில் காலைப் பறண்டியது டி.டி.ஆரின் கால்கள்தான் என ஊகித்தாள். இரவு எவ்வளவு கொடுமையானது என எண்ணினாள்.

எப்படி இந்த ஆளைத் திட்டுவது, இடையில் இறக்கிவிட்டால் என்ன செய்ய? நம் மீது பழியைத் தூக்கிப் போட்டால்? ஒருவாறு குழம்பி இருந்தவளுக்குள் தூக்கம் பயந்து ஒளிந்துகொண்டது. கால்களை மடக்கிவைத்து ஓரமாக நகர்ந்து உட்கார்ந்தாள். சிறிதுநேரம் கழித்து மெல்லமாக அருகில் வந்த டி.டி.ஆர். கையை அவள் தொடைமீது வைத்து அழுத்தினான். கையைச் சட்டெனத் தட்டிவிட்டு, "அடுத்த ஸ்டேஷன் எதுவாக இருந்தாலும் பரவாயில்ல இறக்கிவிட்ருங்க. உடல்நிலை சரியில்லாமல் அம்மா வீட்டிற்குப் போறேன்." டி.டி.ஆர் லைட்டை போட்டு நகர்ந்துபோய் உட்கார்ந்துகொண்டான். அவளோ எப்படியும் தன்னை இறக்கிவிடத்தான் லைட்டைப் போட்டுள்ளார் என எண்ணினாள்.

அரைமணி நேரம் பயணிகள் பக்கம் சென்றுவிட்டுத் திரும்பிய டி.டி.ஆர். முகத்தில் இரவின் சபலம் காணாமல் போயிருந்தது. அடிக்கடி லைட்டைப் போடுவதும் அணைப்பதுமாக இருந்தார். இரவுக்குள் ஒளிந்திருக்கும் சபலத்தை விரட்ட இந்தச் செயலோ என நினைத்தாள். கூவும் ரயிலின் சத்தம் ஓலமாகவே கேட்டது. இருவருக்குள்ளும் அமைதி. இடைவெளியை இட்டு நிரப்பும் மனதிற்குள் பல கேள்விகள். விளக்கின் வெளிச்சம், இருட்டு என மாறி மாறிக் காட்சிகள் வந்துபோயின.

கண்களில் தெரியும் குற்றவுணர்வினைக் காட்சியாக்கினான் டி.டி.ஆர். சின்ன துண்டுப் பேப்பரில் அவனது போன் நம்பரை எழுதி அவளிடம் கொடுத்தான்.

“நான் மதுரை ஸ்டேஷன் வந்ததும் இறங்கிவிடுவேன். அடுத்த டி.டி.ஆர். வருவார். இந்த கம்பாட்மென்டில் இரண்டு சீட் காலியாகும், நாகர்கோவில் வரை காலியாகத்தான் இருக்கும். அதில் போய் உங்க குழந்தைகளைப் படுக்க வைச்சிட்டு இறங்கும்வரை தூங்குங்க. அதையும் மீறி உங்களிடம் டிக்கெட் கேட்டால் இந்த நம்பருக்கு கால் பண்ணுங்க. வீடு போய்ச் சேர்ந்ததும் கால் பண்ணிச் சொல்லுங்க” என்றான்.

அவர் சொன்னதைப்போல் செய்தாள். டி.டி.ஆர். இறங்கிப்போகும் போது அவன் அவளைத் திரும்பிப் பார்க்காமலேயே சென்றான். போன் நம்பரை அடிக்கடி தொட்டுப் பார்த்தாள். அவனிடம் இல்லாத நம்பிக்கை அந்த போன் நம்பருடன் இருந்தது.

அடுத்த டி.டி.ஆர் அவர்களைக் கண்டு கொள்ளவேயில்லை. கொஞ்சம் கொஞ்சமாக இரவும் மறைய ஆரம்பித்தது. திருநெல்வேலி வந்ததும் நன்றாக விடிந்திருந்தது. இனம் புரியாத சந்தோஷம் விடியலில். குழந்தைக்கு வேடிக்கை காட்டுவதற்காகச் சன்னல் ஓரத்தில் உட்காரவைத்தாள். வெட்டவெளிகளில் மேயும் மயில்களைக் காண்பித்துக்கொடுத்தாள். வேடிக்கையின் மறுபுறம் யாரோ அனிச்சையாகவே அவள் தொடையை அழுத்துவதுபோல் இருக்க எழும்பி நடக்க வேண்டும்போல் தோன்றியது. அந்தக் கைகள் அவள் தொடையில் பதிந்து விட்டதாகவே இருந்தது.

நாகர்கோவில் ஸ்டேஷன் வந்தது. இறங்கியவுடன் நடைமேடை இருக்கையில் சற்று ஆறுதலாக உட்கார்ந்தாள். பஸ் பிடிக்கும் எண்ணத்தோடு அங்கிருந்து எழும்பினாள். டி.டி.ஆர் போன் நம்பர் எழுதிக் கொடுத்த துண்டுத் தாள் காற்றில் பறந்து தண்டவாளத்தில் போய் விழுந்தது.

விருத்தாச்சலம் பிளாட்பாரத்தில் பார்த்த அதே காட்சியை நாகர்கோவில் ஸ்டேஷனில் கண்டாள். மரநிழலில் அமர்ந்திருக்கும் பெண்ணின் மடி மீது ஒரு ஆண் அசந்து தூங்குவதைப் பார்த்தபடியே கடந்தாள்.

- காலச்சுவடு, ஜனவரி 2023

□

காகிதப்பொதி

பாதம் முதல் தலைவரை உடலைப் போர்த்திப் படுத்திருந்தவளின் அருகில் மெல்ல நகர்ந்து வந்து கேட்டான் சித்திக். "அம்மா ஒனக்க வீட்டுக்குள்ள நானும் வரட்டா?"

மெதுவாகப் போர்வையின் வாசலை திறந்து தலையை உள்நுழைத்து, "ஐ வந்துட்டேன் சரி கதவ அடச்சிக்கோ" எனச் சொல்லியபடியே அம்மாவின் காதருகில் சூடான மூச்சைவிட்டுக் கொண்டே சொன்னான்.

"அம்மா அந்தச் சித்தப்பாவ நா அப்பான்னு கூப்பிடட்டா."

ஒரு நிமிடம் திகைத்தவள் தன்னை நிதானப்படுத்திக் கொண்டு,

"எதுக்காக அப்படிக் கூப்பிடணும்?"

"நான் எத்தின நாளு கேக்கிறேன் சைக்கிள் வாங்கித்தான்னு, நீ புது சைக்கிள் கூடவாங்கித் தராண்டாம். வெள்ளரோஜா ஆன்டிக்க பையனுக்கு பள்ளிக்கூடத்துல இலவச சைக்கிள் குடுத்தாங்க. அத அந்த அண்ணன் ஓட்டாமத்தான் வச்சிருக்கான். ஏன்னா அவங்க அப்பா அவனுக்கு கியர் வச்ச சைக்கிள் வாங்கிக் குடுத்திருக்காரு. இலவச சைக்கிளை விலைக்கு கேட்டா தருவாங்க. அது ஆயிரம் ரூபாயாம்."

"பக்கத்து வீட்டு சஞ்சை அண்ணனுக்க அப்பா என்னவெல்லாம் வாங்கிக் குடுகிறாரு தெரியுமா?

நாங்க கோலி விளையாடப் போறப்ப அந்த அண்ணன் அதெல்லாம் எங்கிட்ட காட்டும்."

"சரி அதுக்குன்னு அடுத்தவங்கள அப்படி கூப்பிடக்கூடாது."

"அவரு அடுத்தவரில்லையே சொந்தக்காரங்க தானே. வரும் போதெல்லாம் எனக்கும் அக்காவுக்கும் பண்டம் வாங்கித் தாறாரு. அன்பா பேசிக்கிறாரு."

"சைக்கிள் ஓட்ட ஒனக்கு கால் எட்ட வேண்டாமா? இப்போதானே ஆறாவது படிக்கிற" என்றாள்.

கெஞ்சியபடியே மேலும் இறுக்கி அணைத்துக்கொண்டு நெருங்கி வந்தான்.

"ஒனக்கு சைக்கிள் வேணும் அவ்வளவுதானே. இன்னும் ஒரு வாரத்துல வெள்ளரோஜா ஆன்டி வீட்டுச் சைக்கிள் இங்க நிக்கும் சரியா. நீ இப்போதைக்குத் தூங்கு "

"போம்மா நீ இப்படித்தான் ஏமாத்துவ. நீயே ஒனக்க வீட்ட பூட்டிக்கிட்டு தூங்கு. நா வெளியப் போறேன்" எனப் போர்வையை விட்டு வெளியேறினான்.

அருகில் இருந்த தலையணையில் காலைப்போட்டு தூங்க ஆரம்பித்தான். போர்வைக்குள் புரண்டு படுத்தும் தூக்கம் வராமல் மூச்சு முட்டுவதுபோல் இருக்க போர்வையை விலக்கி எழும்பி உட்கார்ந்தாள்.

மகன் சொன்னதைக் கேட்டவளுக்கோ தான் சிறுவயதில் ஏதாவது ஒரு பொருளை ஆசையாக வீட்டில் உள்ளவர்களோடு வாங்கித்தரக் கேட்டால், "விக்கிறவன அப்பன்னு கூப்பிடு தருவான்" என்பார்கள். அந்தப் பேச்சுகளின் அர்த்தம் அவளுக்குப் புரியாவிட்டாலும் அப்பா என்றால் எல்லாம் தருபவர்கள் என்றே எண்ணத் தோன்றியது.

கணவனை இழந்தவள் பிரிண்டிங் பிரஸ் ஒன்றில் தூய்மை பணியாளராய் வேலைக்குச் செல்கிறாள். ஆரம்பத்தில் மூவாயிரம் ரூபாய் சம்பளம் கொடுத்தார்கள். இப்போது நான்காயிரமாக உயர்ந்துள்ளது. இரண்டு குழந்தைகளுக்கும் அவளுக்கும் போதுமானதில்லை என்றாலும், அவளின் பாரத்தைச் சற்று குறைத்திருந்தது, தங்கியிருக்கும் உடன் பிறந்தவனின் வீடு. ஆனால் அங்கும் பல நெருக்கடிகளைச் சகித்து வந்தாள்.

கூடவே இருந்த தாய் தந்தையர் வயதானவர்களானாலும் சற்றுக் குடும்ப பாரத்தைத் தூக்கிச் சுமந்தார்கள்.

தூக்கம் வர மறுக்கவே எழும்பி வீட்டின் மாடிக்குச் சென்றாள். மணி பதினொன்றைத் தாண்டியிருந்தது. அரை உறக்கம் கொண்டிருந்தது ஊர். வீட்டின் முன் நின்ற தெருவிளக்கின் வெளிச்சம் மாடியெங்கும் நிரம்பியிருந்தது. ஓட்டைகளில்லா புது ஆடையைப்போல இருந்தது வானம். மேகங்களும் தங்களது பிரச்சினைகளுக்காக வழிதேடி அலைவதைப் போல் இருந்தன. கொசுமருந்து அடிக்கும் வண்டியைப்போல் வானத்தில் புகைக்கோடுகளை இழுத்துச் சென்றிருக்கிறது விமானம். பறவை ஒன்று வேகமாக மேற்கு நோக்கி பறந்து சென்றது. கொக்குக் கூட்டங்களால் வடக்காலே நின்ற புளியமரம் நிரம்பியிருந்தது. ஆலய உச்சியில் நின்ற சிலுவை, மரக்கிளையின் இடைவெளியின் ஊடாக இரத்த சிவப்பில் உருகிக் கொண்டிருந்தது. இந்தக் காட்சிகளை வெறுமனே பார்த்த வாக்கில் வெளிச்சம் படாத இடத்தின் ஓரமாகத் தலைசாய்த்து உட்கார்ந்தாள்.

"இன்னும் ஒருவாரத்துல சைக்கிளை வாங்க வேணுமே, என்ன செய்ய? வாங்கும் சம்பளத்தில் மிச்சம் பிடிப்பது கஷ்டம். சரி வெள்ளைரோஜாக்கிட்ட கொறச்சி கேட்டுப் பாப்போம்," என்று நினைத்தவாறே படுக்கைக்குச் சென்றாள். மறுநாள் சாயங்காலம் சித்திக்கும் அவளும் சைக்கிளை விலைபேசச் சென்றார்கள்.

குறுகலான இடத்தில் இரண்டு மாடிகள் கட்டப்பட்ட வீடு. வெளியிலிருந்த அழைப்பு மணியை அழுத்தினாள். பெயருக்கேற்ற தோற்றம். அவள் வீட்டு நாய் அவளைவிடவும் வெள்ளையாக இருந்தது.

"வாங்க, என்ன விஷயமா வந்திருக்கீங்க?"

சிரிப்பொன்றை வலிந்து முகத்தில் பரவவிட்டவாறே "உங்க பையனுக்குப் பள்ளிகூடத்துல குடுத்த இலவச சைக்கிள் விலைக்குக் கிடைக்குமான்னு கேக்க வந்தோம்."

"விலைக்கு யாராவது கேட்டா குடுக்கணும்னுதான் இருக்கேன். சின்ன வீடு. வெளியில விடவும் இடமில்ல. மாடியிலதான் தூக்கி வச்சிருக்கேன். எவ்வளவு குடுப்பீங்க?"

"நீங்க சொல்லுங்க."

“ஆயிரத்தி நூறு உங்களுக்காக கொறைச்சி குடுக்கிறேன்.”

“இந்தச் சைக்கிள எல்லாரும் ஆயிரம் ரூபாய்ன்னு தானே குடுக்கிறாங்க.”

“இல்லங்க ஐநூறு ரூபா செலவு பண்ணிவச்சிருக்கு.”

“வேணும்னா வாங்கிகுங்க.”

சற்றுநேரம் யோசித்தவாறே சித்திக்கைக் கவனித்தாள். வெளியில் நிப்பாட்டி வைத்திருந்த கியர் சைக்கிளை அதிசயித்துப் பார்த்துக் கொண்டிருந்தான்.

“இந்த வாரம் வெள்ளிக்கிழம ரூபாயோடவாறேன். யாருக்கும் குடுத்திராதீங்க.”

இருவரும் வீடு திரும்பினார்கள். இன்னும் நான்கு நாட்களே உள்ளன. இதில் ஆயிரம் ரூபாயை எப்படிச் சேர்ப்பது. அடுத்த சம்பளத்திற்கு இன்னும் பதினைந்து நாட்கள் உள்ளன. “என்ன செய்ய? வேலை செய்யும் முதலாளியிடம் முன் பணமாகக் கேட்டுட வேண்டியதுதான்” என யோசித்தாள்.

இரண்டு நாள் அலுவலகம் வராத முதலாளியை எதிர்நோக்கிக் காத்திருந்தாள். மூன்றாவது நாள் வந்தார். எப்படி கேட்பதென்று தயங்கியபடி கேட்டாள். “பணம் இப்போது கையில் இல்லை மறுநாள் தருகிறேன்” என்றார். ஒருவாறு நிம்மதி அடைந்தாலும், சைக்கிள் வாங்கிவிட்டால் இம்மாத மகளிர் சுய உதவிக் குழுவில் எடுத்த மாதக் கடனை அடைக்க என்ன செய்வது, எல்லாவற்றிற்கும் வழி கிடைக்கும் என உறுதிகொண்டு வேலையைத் தொடர்ந்தாள்.

வீட்டிற்கு வந்ததும் அவளிடம் சித்திக் கேட்டான். “அம்மா நீ கண்டிப்பா வாங்கித் தந்திருவதானே. எங்கூட படிக்கிற பையன் அவனுக்க சைக்கிளை சூப்பரா மினுக்கி வச்சிருக்கான். அதவிட மேலா நாம வாங்குற சைக்கிள ஆக்கணும்.”

“பொறு பறக்காத இன்னும் பணம் கைக்கு வரல. நாளைக்குத் தாரேன்னு சொல்லியிருக்காங்க.”

இரவு உணவு முடித்துத் தூங்கச் சென்றாள். அவள் போர்வை வீட்டிற்குப் பல சன்னல்கள் இருந்தன. அதன் வழியாக சில நேரங்களில் விரலை நுழைத்து இழுத்து விட்டபடியே தூங்கிவிடுவாள் சித்திக்கின் அக்கா.

போர்வையால் உடலை முழுவதும் மூடாமல் படுத்திருந்தவளின் அருகில் வந்த சித்திக், "எப்பப்பாரு அக்காவப் பாத்தேதான் படுப்பியா? என்னப் பாத்துத் திரும்பிப்படும்மா" என நச்சரித்தான். "ஒனக்கு இன்னைக்கி வீடு இல்லையா? இதோ எனக்க வீட்டுக்குள்ள வா" எனப் போர்வையை உயர்த்தி அழைத்தான். நெருங்கிப் போகாததால் அவனே நகர்ந்து அருகில் வந்து, "கண்டிப்பா வாங்கிருவேல்ல ஏமாத்தமாட்டியே" மிரட்டியும் கொஞ்சும் குரலிலும் கேட்டான்.

எங்கோ கேட்கும் பாடலில் கவனம் போக அவன் சொன்னதை பாதியாக உள்வாங்கிவிட்டு, "சரி தூங்க விடு" எனக் கடுமையான குரலில் சொன்னாள். மறுபடி எந்தப் பேச்சும் பேசாமல் தள்ளிப்போய்த் திரும்பிப் படுத்துத் தூங்கிவிட்டான். சிறிதுநேரம் கழித்து அவனைப் போர்வையால் முழுவதுமாக மூடிவிட்டு, நாளைக்கு அலுவலகம் போனதும் ரூபாயை மறக்காமல் கேட்டு வாங்கிவிட வேண்டும் எனச் சொல்லிக்கொண்டாள். சாயங்காலம் சைக்கிளை வாங்கி இவன் கையில் கொடுத்தாத்தான் நிம்மதி எனத் தோன்றியது.

அலுவலகத்தில் அவளுடன் வேலை பார்க்கும் பெண், முதலாளி லீவு என சொல்லவே, இவளுக்கு என்னவோ போல இருந்தது. ஐந்து மணிவாக்கில் பணத்தை முதலாளி தரச் சொன்னதாகப் பொறுப்பிலிருக்கும் நபர் அவளிடம் கொடுத்தார்.

யூனிபாம் கூட கழற்றாமல் காத்திருந்தான் சித்திக். அவனை அழைத்துக் கொண்டு சைக்கிள் வாங்கப்போனாள். இவர்களைப் பார்த்த வெள்ளைரோஜா சைக்கிளை மாடியிலிருந்து முற்றத்துக்கு எடுத்து வந்தாள். ஒட்டடை படிந்து தூசாகக் காணப்பட்டது. அழுக்குத் துணி ஒன்றை எடுத்து மேலோட்டமாகத் துடைத்து, பணத்தை வாங்கி சைக்கிளை கொடுத்தாள்.

உற்சாகமாக சைக்கிளின் பெல்லை அடித்துப் பார்த்தான் கிணிங் கிணிங்... என்ற சத்தத்திற்கு அம்மாவின் முகத்தைப் பார்த்துச் சிரித்தான். வீட்டிற்கு வந்த சைக்கிளை குளிப்பாட்டிக் காய்ந்த டவல் வைத்துத் துவட்டிச் சக்கரத்தின் இடுக்குக் கம்பிகளில் துணியை விட்டுத் துடைத்துப் புதிதாக்கினான். வெயிலில் காயவைத்துப் பின்னர் சின்ன பாட்டில் ஒன்றில் தேங்காய் எண்ணெய் ஊற்றி எண்ணெய்யால் துடைத்துப் பளபளவென

ஆக்கி சைக்கிளை அப்படி இப்படி என அசைத்துப் பார்த்தான். சைக்கிள் நல்ல நிலையில் இருப்பதாக அம்மாவிடம் சொன்னான்.

“சைக்கிள்ல பள்ளிக் கூடத்துக்குப் பத்திரமா போய்க்கிட்டுப் பத்திரமா வா” என்றாள்.

சைக்கிளை உற்றுப் பார்த்தவன் “அம்மா நூறு ரூபா தருவியா?”

“எதுக்கு?”

“முத்து, கலர் நூல், சின்ன கலர் ஸ்ட்ரா வாங்கணும். ரூபா தாம்மா அப்பத்தான் சைக்கிள் ரொம்ப ஆழகா இருக்கும்.”

“சரி எதாவது செய் இனிமே தொந்தரவு பண்ணாத.”

சைக்கிளுக்கான அலங்காரப் பொருட்களோடு வந்தான்.

நான்கு மணி நேரம் செலவு பண்ணி சைக்கிளை கரகாட்டப் பெண் மாதிரி ஆக்கியிருந்தான்.

சக்கரத்தைக் கையால் சுற்றிச் சுற்றி விட்டான். பெண் சுழன்று ஆடுவதைப் போல் இருந்தது. கம்பிகளில் கோர்த்திருந்த பல கலர் முத்துக்கள் வெவ்வேறு வடிவம் கொண்டது.

அவன் அக்கா கேட்டாள், “ஆமா, இதே போல சைக்கிள் பள்ளிக்கூடத்துல நிறைய இருக்குமில்ல எப்படி அடையாளம் கண்டுபிடிப்ப.”

அவள் வளையல் டப்பாவை திறந்து சிகப்பு கலர் நகபாலீஸை எடுத்து சைக்கிளில் அடையாளம் வைத்தாள்.

பள்ளிக்கூடம் போய்வந்தவுடன் சைக்கிளின் டயரைக்கூட விடாமல் துடைத்து வீட்டின் திண்ணையில் ஏற்றி வைத்துவிடுவான். இரண்டு வேளை சைக்கிள் ஊரைச் சுற்றி வந்தது. வீட்டில் வந்ததும் துடைத்து வைப்பதை வழக்கமாக்கினான். எத்தனை முறை வெளியே போய் வந்ததோ அத்தனை முறையும் துடைத்தான்.

சைக்கிள் வீட்டிற்கு வந்து ஒருவாரம் நிறைவு பெறும் ஞாயிற்றுக் கிழமை காலை ஆறுமணிவாக்கில் வெள்ளைரோஜாவின் மகன் வீட்டு முன் நின்று அழைத்தான்.

தம்பி... தம்பி...

சத்தம் கேட்டுச் சித்திக்கின் அம்மாவும் அக்காவும் வெளியில் வந்தார்கள்.

"என்ன?"

கையில் இருந்த பணத்தைப் பார்த்தவுடன் அவளுக்குப் புரிந்துவிட்டது. வந்த பையன் சைக்கிளை வைத்தகண் வாங்காமல் பார்த்துக்கொண்டேயிருந்தான்.

"சைக்கிளை திருப்பி வாங்கவா வந்திருக்க?"

"ஆமா ஆன்டி சைக்கிள விலைக்குக் கொடுத்ததால அப்பா அம்மாவோடு சண்ட."

"அதான் ரூபாய தந்துட்டு சைக்கிள எடுத்துட்டு போலாம்னு வந்தேன்."

தூக்கம் கலையாத சித்திக்கைத் தட்டி எழுப்பியதும்,

"ஏம்மா.."

"சைக்கிள் அவங்களுக்கு வேணுமாம் பணத்த திரும்ப கொண்டு வந்திருக்காங்க வா வந்து அலங்காரத்தையெல்லாம் எடு." சட்டென்று எழும்பி உட்கார்ந்தான். தூக்கக் கலக்கத்தில் கீழே விழுந்துவிடுவான் என நினைத்தவள், மெதுவாக எழும்பி வா என்றாள்.

மறுபேச்சின்றி அந்தப் பையனின் முகத்தையும் பாராமல் சைக்கிளில் மாட்டியிருந்த முத்துக்கள் கலர்நூல் இவற்றை உருவினான்.

உருவியவற்றை நியூஸ்பேப்பர் ஒன்றில் பொதிந்து பாயின் அருகில் வைத்துவிட்டு மீண்டும் கவிழ்ந்து படுத்துக்கொண்டான்.

கையில் வாங்கிய பணத்தோடு ரூழியாகப்போகும் சைக்கிளைப் பார்த்த வண்ணம் நின்றாள். பறவை இருந்து சென்ற கிளையொன்று அசைவதைப்போல் வெகுநேரம் மனம் அசைந்து கொண்டேயிருந்தது அவளுக்குள்

சித்திக் எதுவும் பேசாமல், வைத்திருந்த காகிதப்பொதியைப் பிரித்துப் பார்த்தபடி மீண்டும் சரியாகப் பொதிந்து கண்ணாடி சன்னலில் பத்திரமாக வைத்தான்.

ஒருமணிநேரம் சென்ற பின்னர் சித்திக்கிடம் சொன்னாள். “வேறு யாராவது இதமாதிரி விலைக்குக் குடுப்பாங்கன்ன வாங்கித்தாரேன் வருத்தப்படாதே.” ஆனாலும் பொறுக்க முடியாமல் எதற்கும் அந்தப் பையனின் அப்பாவோடு கேட்டுப் பார்த்திருவோம் என நினைத்தாள்.

சித்திக்கையும் அழைத்துக் கொண்டு அவர்கள் வீட்டிற்குச் சென்றாள், கதவு பாதி திறந்த வாக்கில் இருந்தது. உள் இருப்பவர்கள் தெரியவில்லை, பையனின் அப்பா பேசும் சத்தம். இருவரும் வெளியில் கேட்டவாறே நின்றார்கள்.

“நாலு நாளா பாக்குறேன் அந்தப் பய சைக்கிள அவ்வளவு அழகா மினுக்கிட்டு ஊரச் சுத்திவாறான். நம்ம வீட்டுலயும் ஒரு சைக்கிள் இருக்கு. இதுக அத ஆக்கர்கடைக்குப் போடுறது மாதிரி வச்சிருக்கும்னு நினைச்சித்தான் கேட்டேன். அந்த சைக்கிள் எங்கன்னு? ஓ அது நம்ம சைக்கிள்தானா, அதுனாலத்தான் ஓடிப்போய் சைக்கிள வாங்கிட்டு வாலன்னு” சொன்னேன்.

“இதுகளும் இருக்குதே. ஒழுங்கா அதத் தொடச்சி ஓட்டு” என அதட்டும் குரலில் சொல்லிவிட்டு, “ஏற்கெனவே அதுக்கு ஐநூறு ரூபா செலவு பண்ணி வச்சிருக்கேன். இனிமே எனக்கிட்ட கேக்காம குடுக்கக் கூடாது” என மிரட்டிச் சத்தம் போட்டார்.

சித்திக் அம்மாவின் கையைப் பிடித்து “வா வீட்டிற்கு போகலாம்” என்று இழுத்தான்.

கேட்பதற்கு மனமற்று வீடு வந்தார்கள்.

அன்று தூங்குவதற்கு வெகுநேரம் பிடித்தது. குழந்தைகளின் இடையில் போர்வையைச் சரி செய்து காலில் இருந்து தலைவரை போர்த்திப் படுத்திருந்தாள். சித்திக்கும் அம்மாவின் அருகில் மற்றொரு போர்வைக்குள் அமைதியாகப் படுத்திருந்தான்.

மெதுவாக அவன் போர்வையை விலக்கி, “நா ஒனக்க வீட்டுக்குள்ள வரட்டா” என்றாள். அவன் அமைதியும் கண்ணாடி ஜன்னலில் வைத்திருந்த காகிதப் பொதியும் அவளுக்குள் அவ்வளவு கனமாக இருந்தது.

- ஆனந்த விகடன், ஜூன் 2023

□

பந்தயம்

ஊரின் பிரபலமான பிரசங்கியார் இறந்து போனார் என்பதை ஊதைகிழவி சொன்ன பிறகும் அவளால் நம்பமுடியவில்லை. உண்மைதான். எல்லோரும் இறப்பை மேலோட்டமாகத்தான் நம்புகிறார்கள் என்று தனக்குத்தானே சமாதானம் செய்துகொண்டாள். இறப்புகூட பாவத்தினால்தான் சீக்கிரம் வரும் என்று பிரசங்கியார் சொல்லுவார். அவர் இறக்கும் தருவாயில் இல்லை. நல்ல வாட்டசாட்டமான ஆரோக்கியத்துடன் இருந்தார். திடீரென மயங்கி விழுந்தவர் எழும்பவேயில்லை என்றார்கள்.

அவளுக்குள் பிரசங்கியின் இறப்பு ஒருவித ஆறுதலைக் கொடுத்தது. ஏன், அவனது இறப்பிற்கு மனம் உள்ளுக்குள் நிம்மதியைக் கொடுக்க வேண்டும்? இறப்பு அவரைச் சார்ந்த குடும்பத்திற்கு எவ்வளவு பெரிய நஷ்டம், உயிர் அத்தனை சுலபமானதா?

எலிக்கு கை, கால்கள் முளைத்து எழும்பி நடந்தால் எப்படியிருக்குமோ அதே தோற்றத்தில் இருந்தாள். அதனால் அவளது பெயர் எலி என்றே அறியப்பட்டது. பத்தாம் வகுப்பு வரை படித்தவள், வாழ்க்கைத் துணைக்கான எந்த எண்ணமும் இல்லாமல் பாட்டியையே நம்பியிருந்தாள்.

பாட்டி ஊதை, நிறையப் பேய்களைப் பார்த்ததாகக் கதைகதையாக அவளிடம் சொல்லிக் கொடுப்பாள். இரவுநேரங்களில் கிழவி மூத்திரம் இருப்பதற்கு மண்சட்டியொன்றை வைத்துக்கொள்வாள். பாட்டி சொல்லும் கதைகள் அவள் கற்பனைக்குள்

பலவாறு ஓடித்திரியும். வீட்டின் பக்கத்தில் இரண்டு சென்ட் நிலம் இருந்தது. அதைக் கிழவியின் மூத்த மகன் ஏமாற்றி எழுதிவாங்கிவிட்டான். அந்நிலத்தை அவன் இன்னொருவனுக்கும் விற்றுவிட்டதால் தனது கோபத்தைக் காட்ட இயலாத கிழவி, அந்நிலத்தில் அதிகாலைப்பொழுதில் மலம் கழித்து விட்டு வருவாள். இதனால் நாத்தம் பொறுக்கமுடியாமல் மற்றவர்கள் அவளிடம் சண்டையிட, பிரசங்கி தலையிட்டுத் தீர்த்தார். அவர் கிழவியிடம்,"அந்த நிலத்தில் யாரும் வீடு கட்ட முடியாது. அது ஒரு சாபக்கேடான நிலம். மேலும் அதில் நிறைய பில்லிசூனியம் வைத்திருக்கிறார்கள், நீ அதில் இந்தமாதிரி செய்வாய் என்றால் உன் பேத்திக்குக் கல்யாணமே ஆகாமல் போய்விடும்" என்று சொன்னதன் பேரில் கிழவி அதை நிறுத்தினாள்.

அதிலிருந்து கிழவிக்கு அவன்மீது அதீத நம்பிக்கை வரவே, தினமும் நடக்கும் ஜெபக்கூட்டத்தில் பேத்திக்காகக் கலந்துகொள்வாள். பேத்தியையும் வலுக்கட்டாயமாக இழுத்துச் செல்வாள்.

பயந்தே இறந்த வீடுகளுக்குச் செல்லமாட்டாள் கிழவி. "நீ முதல்ல போ, நான் பொறவு வாரேன்." பேத்தி இறந்த வீட்டிற்குச் சென்றாள். அடக்க நேரத்தில்தான் இத்தனை கூட்டம் பொதுவாக வரும். தென்றல் நகரத்தில் இத்தனை மக்களிடம் இம்மனிதர் பழகியிருக்கிறார்போலும். முகம் தெரியாத அடுத்த ஊர்க்காரர்கள் வந்து பார்த்துச் செல்கிறார்களே. முற்றத்தில் இருந்த ஆட்களை விலக்கி வீட்டினுள் சென்றாள் எலி.

ஒருபக்கம் பிரசங்கிமார் கூடிநிற்க, இரண்டு பிரசங்கியார் குனிந்து இறந்த உடலுக்கு உயிர் ஊட்டியபடியிருந்தனர். ஒரு பிரசங்கி, இரண்டு மீட்டர் நீளமுள்ள குளுக்கோஸ் டியூப்பை இறந்தவரின் வாயில் திணித்தான். இன்னொரு பிரசங்கி, பிணத்தின் வாயை மூடிப் பிடித்திருந்தான். ஒருவன் காற்றை டியூப்வழியாக ஊத, வெளிக்காற்று வாயின் உள்ளே புகுந்துவிடாதபடி இன்னொருவர் பிடித்திருந்தார். மனைவியோ, கணவர் மயக்க நிலையில் இருக்கிறார் என்றே மிகுந்த பிராயசத்துடன் ஜெபத்தில் மூழ்கி இருந்தாள். பிணத்தின் வயிற்றினுள் காற்று நிரம்பியவுடன் டியூப்பை வெளியே மெல்லமாக உருவி எடுத்தார்கள். வயிற்றிலுள்ள காற்று வெளியே போகும்போது அவர் மூச்சுவிடுவது போன்று இருந்தது. அதைப் பார்த்த எலி கூட எப்படியும் எழும்பிவிடுவார் என்று ஒருவித நம்பிக்கை கொண்டாள். இப்படியே இரண்டு மணிநேரமாகச் செய்து

வந்தார்கள். இதைப் பார்க்க கூட்டம் முண்டியடித்தபடியிருந்தது. 'இப்படி தள்ளிக்கொண்டு வராதீர்கள் காற்று கிடைக்கட்டும்' என்று அதட்டலாக ஒருவர் சொல்ல, பலர் விலகி நிற்கத் தொடங்கினார்கள்.

கூட்டத்தின் தள்ளலும் நெரிச்சலும் தாங்கமுடியாமல் கால்வலியால் எதிர்வீட்டு நடையில் போய் உட்கார்ந்தாள். அங்கும் நான்கு ஐந்து பேர் சின்னச்சின்ன குழுக்களாக இறந்தவரின் வீட்டைப் பார்ப்பதுபோல் உட்கார்ந்து பேசிக்கொண்டேயிருந்தார்கள். இறப்பின் வலியைவிடவும் அதிசயத்தையே எதிர்பார்த்து காத்துக் கிடந்தார்கள். யார் யார் என்ன பேசிக்கொள்கிறார்கள் என்பதைக் கேட்பதற்கு ஆவலாக இருந்தாள் எலி. ஒவ்வொரு குழுவிலும் என்னென்ன பேசிக்கொள்கிறார்கள் எனக் கவனித்தாள்.

திடீரென வானம் இடியும் அளவிற்குப் பெருத்த சத்தம் இறந்தவரின் வீட்டிலிருந்து கேட்டது. கூடிநின்றவர்கள் எல்லோரும் ஆவலுடன் அமைதியாக அதிசயம் நடந்துவிட்டதா என்ற எதிர்பார்ப்போடு அந்த வீட்டை நோக்குவார்கள். பின்பு சலித்துப்போய் மீண்டும் பிரசங்கிகள் காற்றை அடைக்க, இவர்கள் எதிர்பார்ப்பைத் தளர்த்திவிடுவார்கள்.

அவர்கள் போடும் சத்தத்தில் தெரு நாய்கள், கோழி, காகங்கள் இவையனைத்தும் பதறியடித்து ஓடின. வெயில்கூட அவ்வப்போது வந்து பார்த்துவிட்டுச் சென்றது. ஊரைச் சுற்றியிருந்த மரங்கள் அமைதி காத்துக் கிடந்தன. எதுக்கும் போய்ப் பார்த்துவிட்டு வருவோம் என வந்துசேர்ந்த ஊதக்கிழவி சொன்னாள், "இவ்வளவு புழுக்கமாயிருக்கு, காத்துக்கென்ன நீக்கம்பு தீனமோ" என்றாள்.

வந்த எல்லோருக்கும் தாகம் எடுத்தது. தண்ணீர் குடம் குடமாகக் காலியாகிக் கொண்டேயிருந்தது. கூட்டத்தில் ஒரு பெண்: "ஆஸ்பத்திரியிலதான் சொல்லியாச்சில்ல, பொறவு என்ன செய்யுது இவனுவோளுக்கு. அந்த ஒடம்ப வச்சி வித்தகாட்டியானுவ. இப்டி ஒருக்க கடவுளு இருக்காருன்னு நினைக்க வைக்கணுமாக்கும். அவரு ஒருவாக்குல இருந்துட்டு போட்டுமே, யாரு வேண்டான்னு சொன்னா" என்றாள்.

இதைக் கேட்டுக்கொண்டிருந்த எலி உண்மைதானே என்று நினைத்தாள். இவள் சொல்வது நியாயமாகவே பட்டது. இதப்

போய், இந்த வீட்டாரிடம் போய்ச் சொன்னால் திட்டுவார்கள், எனக்குப் பொல்லாத ஆவிகள் பிடித்திருக்கு என்று ஏற்கெனவே இறந்தவர் சொன்னது ஞாபகம் வரவே, எதுக்கு வம்பு நாம பேசினாலும் யாரும் நம்ம பேச்சைக் கேட்கமாட்டாங்க எனச் சலித்துக்கொண்டாள்.

பெண்கள் கூட்டத்தில் போய் நின்றுகொண்டாள். அவளில் ஒருத்தி, "இவர் மட்டும் எழும்பிவிட்டால் நான் கண்டிப்பாக அவர்கள் கடவுளை ஏற்றுக்கொள்வேன்" என்றாள். அருகிலிருந்த மற்றொருத்தி அதற்கு இணங்கி, "நானும்தான்" என்றாள்.

"நானும் இதுவரையில் கடவுளை உண்மையாக ஏற்றுக் கொள்ளவில்லை. நானும் அப்படியே செய்வேன்" என மனதில் தீர்மானம் எடுத்தாள் எலி.

வீட்டில் இருந்தவர்கள் சற்றுநேரம் அமைதியாக ஓய்வெடுத்திருந் தார்கள். நம்பிக்கையிழந்த பலபேரும் தன்னுடைய அன்றாடக் கடமைகளைச் செய்வதற்காக அவரவர் வீடுகளுக்குச் சென்றனர். அடுத்த ஊரில் உள்ளவர்கள் வந்து பார்ப்பதற்கான காரணத்தைப் பிறகுதான் புரிந்துகொண்டாள். மறுபடியும் உயிர் பெறுவார் என்ற செய்தி நெருப்பாய்ப் பரவியிருந்தது.

அவள் களைத்துப் போய் மற்றொரு திண்ணையில்போய் உட்கார்ந்து கொண்டாள். அங்கு வீடுகள் நெருக்கமாக இருந்தன. அந்தப் படிக்கட்டுகளில் உட்கார்ந்து இருந்த சில பெண்கள், "இந்த தென்றல் நகரத்து மக்கள் பாவம் செய்து செத்து அழியப் போகிறார்கள், இவர்களை மீட்பதற்காகக் கடவுளால்தான் இங்கு வந்தேன் என்று சொல்லிக்கொண்டேயிருப்பார்" என்றாள். அப்படியென்றால், அவர் எல்லோரையும் பாவத்திலிருந்து மீட்டுவிட்டார் என்றே நினைத்தாள். மற்றவருக்குத் துன்பம் செய்வதுதானே பாவம். பாவங்களைப்பற்றி பட்டியலிடத் துவங்கினாள். அப்போது மூன்று சிறுவர்கள் காட்டு நெல்லிக்காயை உப்புத்தூள் தொட்டுக் கடித்தபடி எச்சில் ஒழுக பேசிக்கொண்டிருந்தனர்:

"லே மக்கா, அவருக்கு உயிரு வந்துரும்ல."

"போல அவரு பொழைக்கமாட்டாருல."

மூன்றாமவன் சொன்னான், "பெட் கட்டுவோமால."

இப்படியாக, பந்தையப் பொருளைப்போல உயிரைக் காத்துக் கொண்டிருந்தார்கள் சிறுவர்கள்.

அவளுக்குப் பசியெடுத்ததால் வீட்டிற்குச் சென்றாள். காலையில் வேலைக்குப் போவதற்காகச் சமைத்துவைத்த உணவு இருந்தது. இருவரும் எடுத்துச் சாப்பிட்டார்கள். இறந்தவரைப் பற்றியதான நினைவுகள் மறையத் துவங்கின. கண்ணை உருட்டிக்கொண்டிருந்த கறுத்த பூனையைச் சத்தமிட்டு விரட்டினாள் கிழவி.

தெருவெங்கும் ஆட்கள் வந்துகொண்டும் போய்க்கொண்டும் இருந்தார்கள். "அந்த ஆளு செத்ததுக்கு நான் ஏன் கவலை படணும். ஊரில் உள்ள அத்தனைபேருக்கும் துன்பம் என்றால் ஒன்று பேய்பிடித்திருக்கு" என்று சொல்லுவார். இல்லையென்றால் அவர்களின் அப்பா அம்மா செய்த பாவம் என்று சொல்லுவார். 'இன்னும் திருமணமாகாமல் தனியாக இருப்பதும் அப்படித்தான் என்று சொன்னவன்தானே' என நினைத்தாள்.

உணவை வெறித்துப் பார்த்தபடியே அவளது சிறுவயது நினைவுகளை அசைபோட்டாள். பாட்டி வயக்காட்டில் வேலைக்குப் போனபிறகு தனியாக இருக்கும் அவளிடம் யார் என்ன வேலை சொன்னாலும் செய்துவிடுவாள். நிறையக் கோழிகளை வளர்த்து வந்தாள் கிழவி. வேலைக்குப் போகும்போது, "ஏ, கோழிக்குஞ்சிகள பருந்துக்க வாயில குடுத்திராத. பத்திரமா வைக்கப்படப்பில விட்டு மேய்ச்சி கூட்ல குஞ்சுகோழிகளை அடைச்சிரு" எனச் சொல்லுவாள்.

தாய்க்கோழி தனது குஞ்சுகளைச் சிறகுக்குள் அணைத்து வைக்கும்போது குஞ்சுகள் தலையை வெளியே நீட்டுவதைப் பார்க்கையில் ஏக்கம் கொண்டாள். ஆசிரியர்களின் அடிக்குப் பயந்தே பள்ளிக்கூடம் போகாமல் கோழிகளைச் சாக்குபோக்கு சொல்லி வீட்டில் இருப்பாள்.

இறந்துபோனவன் அடிக்கடி சிகரெட்டும் பொரிகடலையும் கருப்பட்டியும் அவளிடம் வாங்க சொல்லுவான். வாங்கிவரும்போதே எச்சிலை முழுங்கிக்கொண்டு அவன் கொடுக்கும் மிச்சக் காசுகளைப் பெற்றுக்கொள்வாள். இதை அவள் வழக்கமாகச் செய்து வந்தாள்.

ஒருநாள், “கருப்பட்டி குறைவாக இருக்கு நீ தின்னியா?” எனக் கேட்டு வீட்டிற்குள் அழைத்து, “பாவடையில்தானே ஒளித்துவைத்துள்ளாய் காட்டு” எனத் திட்டியபடியே, தாழிடாமல் கதவைச் சாத்தியபடி நெருங்கிவந்து, கொக்கிகள் இல்லாத பாவாடையை உருவி விட்டான். இவளோ, கூச்சலிட்டு வெளியே திமிறி ஓட, கால்களைத் தரதரவென இழுத்து அவன் பலங்கொண்டு கீழே வீழ்த்தினான். வலிதாங்க முடியாமல் அருகில் கிடந்த வெத்திலைதட்டும் குளவிக்கல்லும் கையில் அகப்படவே மண்டையில் ஓங்கி அடித்து நிர்வாணமாகவே அங்கிருந்து வீட்டிற்கு ஓடிவந்துவிட்டாள். எல்லாக் கதவுகளையும் அடைத்துத் தண்ணீர் குடித்துவிட்டு நடுங்கிய குரலில் விம்மி வெடித்து அழுதாள். அவள் அழும்போது முட்டையிட்ட பெட்டைக்கோழி உரத்த சத்தம் எழுப்ப, கூடவே சேவக்கோழியும் கத்தியது.

கோழிகளைச் சரியாகப் பார்த்துக் கொள்ளவில்லை என்று, ஒரேயொரு சின்ன பெட்டைக்கோழியை மட்டும் விட்டுவிட்டு எல்லாத்தையும் விற்றுவிட்டாள் ஊதக்கிழவி. சரியாக வளர்ச்சியடையாத அந்தச் சின்னக்கோழி மீது வருகிற போகிற எல்லாச் சேவல்களும் ஏறி உட்கார்ந்து செல்லும். இதனால் அது பயந்து வெளியே அதிகம் செல்லாமல் அவளையே சுற்றிச்சுற்றி வந்தது. அதைப் பார்த்தவள், வரும் சேவல்களைத் துரத்தியடித்து ஊரார் வீட்டுக் கோழி மூன்றைக் கொன்றும்விட்டாள்.

இதனால் கிழவி தினமும் பேத்திக்காகக் கோழிச் சண்டைக்கு நின்றாள். சில மாதங்கள் கழித்து அவள் வளர்த்த கோழி சீக்கு வந்து செத்துப்போய்விட்டது. கோழி சண்டைக்கும் முடிவு கிடைத்தது. கோழிகள் மண்ணைக் கிண்டும்போது வெளியே ஊரும் மண்புழுக்களைக் சுத்தமாக வெறுத்தாள். அது சிறுவயதில் பார்த்த குறியின் நியாபகம். முட்டையிட்டபின் பெட்டைக்கோழியின் சத்தமும் திரும்பத் திரும்ப அந்நினைவுகளை ஞாபகப்படுத்தியது. நடந்த சம்பவத்தைப் பாட்டியிடம் சொன்னால் திட்டுவாள் என்பதற்காகச் சொல்லாமல் மறைத்துவிட்டாள். மற்றவர்களுக்குப் பொருட்கள் வாங்கிக் கொடுப்பதில்லை. அவளைத் திருடி என்று ஊரில் சொல்லி வைத்தான்.

அதன்பிறகு பள்ளிக்கூடம் ஒழுங்காகப் போய்விடுவாள். அவனும் வெளியூர் சென்றுவிட்டான், அந்நிகழ்வும் மெல்ல மறையத்

துவங்கியது. அவன் அங்கு பலதரப்பட்ட வேலைகளைச் செய்தான். பெரிய ரவுடி என்று பேரும் எடுத்து அடிக்கடி ஊருக்கு வருவான். இங்கும் ரவுடித்தனத்தை நிலைநாட்டித் திரும்பிச் செல்வான். திருமணம் முடிந்து குழந்தைகளும் பெரியவர்கள் ஆனபிறகு வெளியூரிலிருந்து குடும்பத்துடன் காலி பண்ணிவிட்டு ஊரோடே வந்து சேர்ந்துவிட்டார்கள்.

அவன் அம்மா இறந்தபிறகு பல வருடம் காலியாகக் கிடந்த வீட்டை ஒரு சிறிய ஜெபக்கூடம் போல் மாற்றி எல்லோரையும் வரவழைத்தார்கள். நிறையப் பெண்கள் பேய்பிடித்து ஆடினார்கள். தனக்குக் கடவுள் தரிசனம் தந்திருக்கிறார், நீங்கள் எல்லோரும் இரட்சிக்கப்பட வேண்டும் என்பான்.

சாப்பிட்டு முடித்ததும் இறந்த வீட்டில் 'ஓ'வென உறவினர்களின் கூச்சல் கேட்டது. திருந்திவிட்ட மனிதனை வெளிப்படையாக ஏற்றுக்கொண்ட பாவனைதான் செய்யமுடிகிறது. ஆனால் உள்ளுக்குள் குற்றத்தின் வடு இருக்கத்தான் செய்கிறது.

சாப்பிட்ட பாத்திரத்தைக் கழுவிக் கமத்தி வைத்துவிட்டு வீட்டைச் சாத்திப்போட்டபடியே மீண்டும் இறந்த வீட்டிற்குச் சென்றாள். நம்பிக்கை இழந்த பிரசங்கியார்கள் பிணம் என்று ஒப்புக்கொண்டார்கள். அதனால் உடலைக் குளிரூட்டியில் வைக்க ஏற்பாடு செய்து வெள்ளை உடை அணிந்து கிடத்தியிருந்தனர். இறந்தவனின் மனைவி மட்டும் கணவனுக்கு ஏதாவது அற்புதம் நடந்துவிடாதா என ஏங்கிக்கொண்டிருந்தாள். கடவுள் மௌனமாக இருக்கிறார் என்றாள்.

பார்த்துக்கொண்டிருந்த எலிக்கு அவர் மூச்சுவிடுவது போன்ற பிரமை பிடித்தது. இருட்டத் துவங்கியதும் இறந்துபோனவர் ஒருமுறை இவளிடம் சொன்னதை நினைத்தாள்: 'உன்னிடம் பதினெட்டுப் பேய்கள் இருக்கு, அதுனாலத்தான் உனக்கு திருமணமே ஆகல.' சுதந்திரமாகப் பயமற்றுத் திரிந்தவளுக்கு, இப்போதெல்லாம் இருட்டத் துவங்கிய உடனே பதினெட்டுப் பேய்கள் நினைவுக்கு வந்துவிடுகின்றன.

இரவு முழுவதும் மின்விளக்குகளின் வெளிச்சமாக இருந்தது. காலையில் வேடிக்கை பார்க்கவந்த கூட்டம்கூட, அவரது அடக்கத்திற்கு இல்லாமல் போனது. நீண்ட பிரசங்கத்தோடே அவரது உடல் அடக்கம் செய்யப்பட்டது.

நடு இரவில் எங்கோ கேட்கும் நாயின் ஊளைச்சத்தம் கேட்டுப் புலம்பினாள் ஊதக்கிழவி. இன்னும் இந்த ஊருக்குக் கெடுதல் நடக்கப்போவுது. பிரசங்கியார் பேயாகவே அலைந்து திரிகிறான். இனிமேல் அவன் வீட்டுப் பக்கம் போகாதே.

◻

நேசர் உணவகம்

தினமும் உணவகத்துக்கு வரும் வாடிக்கையாளர் இரண்டு வாரங்களாக வராததால் அந்த நபரைத் தேடிக்கொண்டிருந்தாள். இப்படி எத்தனையோ வாடிக்கையாளரை அவள் கணவன் விரட்டிவிட்டாலும், புதிது புதிதாக ஆட்கள் சாப்பிட வரத்தான் செய்கிறார்கள். தினமும் வரும் வாடிக்கையாளர்களை நம்பி, அரிசி உளுந்து காய்கறி வகைகளைக் கூட்டிக் குறைத்துவிடலாம். இந்தப் புதியவர்களை நம்பியிருப்பது, மாம்பூவை வைத்து மாங்காயை எண்ணிக்கையில் வைக்கத் துணியும் ஜோலி என வருந்தினாள்.

சாப்பிட்டுக்கொண்டிருக்கும் வாடிக்கையாளர்களைக் கவனித்து உணவு பரிமாறினாலும் அவ்வப்போது சாலையை நோக்கினாள். தேடும் நபரின் முகவரி தெரியவில்லை. தினமும் காலை உணவு சாப்பிட்டுவிட்டு ஒரு பொதியும் வாங்கிச் செல்வார். இதுவரையில் கடன் வைக்காத ஒரே வாடிக்கையாளர்.

நேசர் உணவகம் தொடங்கி இருபது வருடங்கள் ஆகிறது. கடந்த ஐந்து வருடங்களாக அவர் கடையின் வாடிக்கையாளரானார். ஐந்து வருடத்தில் வேண்டும் வேண்டாம் என்பதைத் தவிர எதுவும் அவர் பேசியது இல்லை. ஒருவேளை உடல்நிலை சரியில்லாமல் இருக்கலாம். வருவார் என நம்பினாள்.

காலை மாலை மட்டுமே அவளும் கணவனும் சேர்ந்து நடத்தும் நேசர் உணவகம், நெடுஞ்சாலை ஒட்டிய சிறிய ஓட்டுக் கட்டடம். ஏழெட்டுப்

பேர் மட்டும் உள்ளே உட்கார இடமுள்ள உணவகம். அந்த அறையைத் தொட்டு நான்கடி அகலமுள்ள சின்ன மேடான பகுதியில் தான் சமைக்க வேண்டும். வெளியே எச்சில் போடவும் கைக்கழுவும் சிறிய குறுகலான இடம் உண்டு.

உணவகத்தின் முன் சற்று ஒதுங்கிய இடத்தில் கேஸ் அடுப்பில் தோசை, பரோட்டா போடுவான். சில நேரங்களில் கடையைச் சுத்தம் செய்வது முதலான மீதி வேலைகளையெல்லாம் அவள் ஒருத்தியே செய்து முடிக்க வேண்டும். சட்னி சாம்பார் வைப்பது, ரசவடை செய்வது, உணவு பரிமாறுவது, பொதி கட்டவது என நீண்டுகொண்டே போகும். எப்போதாவது கணவனும் செய்வான்.

வெங்காயம் தக்காளி நறுக்குவதிலிருந்து கறியைச் சுத்தம் செய்து குழம்பு மற்றும் கறிவறுவல் பண்ணுவது முதல், காய்கறி நறுக்குவதுவரை எல்லாமே பல நேரங்களில் அவள் வேலை. அரவை இயந்திரம் போலவே ஓயாமல் கடையில் ஓடிக்கொண்டிருந்தாள்.

ஞாயிற்றுக் கிழமையானால் தனது வலிகளை ஆலயத்தில் போய் அழுது புலம்பிக் கண்ணீர் விட்டு ஒருவாறு தெளிவடைந்து வீடு திரும்புவாள். ஞாயிற்றுக்கிழமை மட்டும்தான் சிறிது ஓய்வு கிடைக்கும். மற்ற நாட்களில் அதிகாலை மூன்று மணிக்கு தொடங்கி இரவு பனிரெண்டரை மணிக்குத்தான் வேலை முடியும். மாவு அரைப்பதற்கு மட்டும் முதியவர் உண்டு. கல்லூரி மற்றும் பள்ளிக்கூடம் செல்லும் தனது குழந்தைகளுக்கும் சமைத்து, அதிகாலை ஐந்தரை மணிக்கு உணவகத்துக்குச் செல்வது வழக்கம். இறைவனிடம் அவள் கேட்கும் ஒரே ஒருவரம் "என்னை மற்றவரிடம் உதவிக் கேட்க வைத்துவிடாதே."

உணவக வேலை முடித்து மதியம் இருவரும் சேர்ந்தேதான் வீடு திரும்புவார்கள். "சீக்கிரம் சாப்பாடு எடுத்து வா" என்று சொல்லியபடியே கட்டிலில் சின்ன தூக்கம் ஒன்றைப்போடுவான். அந்தக் குட்டித் தூக்கம் முடிவதற்குள் மீன்குழம்பு, பொரியல் செய்துவிடுவாள். காலையில் வடித்த சோறு மற்றும் குழம்பு இருக்கும். திருப்தியான சாப்பாடு இல்லையென்றால் ரகளைதான். கையில் அகப்படும் பொருட்களை அடித்து உடைக்கும் நல்ல மனம் கணவனுக்கு. இதற்குப் பயந்து வீண் பிரச்சினைகளைத் தவிர்ப்பதற்காகவே வலிகளை மறந்து வேலை செய்வாள்.

அப்படிச் செய்ய தவறும் தருவாயில் கணவன் மறுநாள் தோசை சுடவும் பரோட்டா அடிக்கவும் வர மறுத்து விடுவான். இதனால் வருமான இழப்பு ஏற்படும்.

அப்பேற்பட்ட சமயங்களில் கடந்த காலத்தின் நினைவுகள் வந்து அவளை அலைக்கழிக்கும்.

உணவகம் தொடங்குவதற்கு முன் கணவன் கேரளாவில் சித்தாள் வேலைக்குச் சென்றான். அந்த நாட்களில் வரும் கடிதங்களுக்காகவும் அனுப்பும் பணத்திற்காகவும் தபால்காரர் மட்டுமே அவளுக்கானவராக இருந்தார். பணம் அனுப்பாத நேரங்களில் வயிற்றோடும் குழந்தைகளோடும் போராட்டமே. ஒரு டீ போட, சீனி ஒருவீட்டிலும் தேயிலை மற்றொரு வீட்டிலும் கடனாகப் பெற்ற காலங்கள். அவளையும் குழந்தைகளையும் கண்டவுடன் கதவடைக்கும் உறவுகள். அன்று வசித்த வீடு இப்போதைய வீட்டின் சமையலறையின் அளவே இருந்தது. கணவனுக்காக அவன் தாத்தா விட்டுச்சென்ற சின்ன அறை அது. சற்றுத் தள்ளியே மறைவான இடம். அதில் சமையல் செய்ய வேண்டும். மழை வந்தால் ஒழுகும். மழை வராத நேரங்களிலும் மண்தரை பொது பொதுவென்றே குழந்தைகளின் மூத்திரத்தால் நனைந்திருக்கும். படுப்பதற்கு இடமில்லாமல் சணல் சாக்குகளை ஒன்றன் மீது ஒன்றாக அடுக்கிப் படுத்துக்கொள்ளுவார்கள். ஹோட்டல் தொடங்கிய பிறகு சிறுகச் சிறுக சேமித்து, மாடிவீடும் குழந்தைகளுக்கு நகை பணமும் சேமித்து இன்று நல்ல நிலையில் இருக்க அவளின் இடைவிடாத உழைப்பும் காரணம்.

காத்திருந்தாவது வாடிக்கையாளர்கள் டிபன் சாப்பிட்டுச் செல்வார்கள். அவள் கடை ரசவடைக்கென்றே தனி பட்டாளம் உண்டு.

பார்ப்பதற்குப் பெரிய அழகொன்றும் இல்லை. இருந்தாலும் எப்போதும் சிரித்த முகத்துடனே காட்சி தரும் முக அமைப்பு. இறந்த வீடுகளுக்குப் போனால் கூட வாயை முந்தானையால் பொத்திக்கொண்டே போய் வருவாள். எதிரில் பார்ப்பவர்களிடம் பேச்சுக் கொடுக்கும்போது வாய் தானாகச் சிரிப்பை உதிர்த்துவிடும். அழுகையைக்கூட கட்டுப்படுத்திவிடுவாள். இந்தச் சிரிப்பை என்னதான் செய்வது. இத்தனை வாடிக்கையாளரைத்

தன்வசப்படுத்தியதே அந்தச் சிரிப்புத்தான் என்பது அவளுக்குத் தெரியாது.

“இப்படி பல்லக் காட்டிக்கிட்டே நில்லு அப்பத்தான் வெளக்கமா சொல்லுவானுக” என்பான்.

நிறைய வாடிக்கையாளர்களைப் பேச்சாலும், செய்கையாலும் விரட்டுவது கணவனின் வேலை. அவனுக்குள் தன்னை மட்டுமே எல்லோரும் பெருமையாக நினைக்க வேண்டும் என்ற எண்ணம் மேலோங்கிருந்தது.

அவள் படும் சிரமங்களைப் பார்த்த வாடிக்கையாளர் ஒருவர் “அக்கா இவ்வளவு சிரமப்படுறீங்க ஒரு வேலையாளை வைத்துக்கொள்ளலாமே” என்றார்.

அவளோ மனதிற்குள் நினைத்தாள், “பேசாம சாப்பிட்டுக்கிட்டுப் போக வேண்டியது தானே எதுக்கு இந்த அனுதாபம்” அவள் நினைத்தது போலவே நடந்தது. சிறிதுநேரம் கழித்து,

“அண்ணே ஒரு பார்சல்” என்றான்.

“பார்சல் இல்ல.”

கேட்டவனுக்குப் புரிந்து போய்விட்டது. தரமறுத்துதான் இப்படிச் சொல்கிறார். தான் தவறாகப் பேசிவிட்டோமோ என்ற நினைப்பிலேயே வெளியேறினான்.

அவன் போன பிறகு, “வந்துட்டான் எம்பிளாய்மெண்ட் ஆபீசரு. இனி இவனுக்குக் கடையில டிபன் கெடையாது வேற கடை பாத்துப் போகட்டும்.” சூடாகிப் புகை வந்த தோசைக்கல்லில் மாவை வேகமாக ஊற்றிச் சுற்றினான், சுரீர் என்றது அவளுக்கும்.

கடையிலிருந்து விரட்டப்படும் வாடிக்கையாளர்களை வழியில் பார்த்தால், “நீங்க வாங்கண்ணா அவரு ஏதாவது சொல்லுவாரு மனசுல வச்சிக்காதிங்க” எனத் திரும்ப அழைப்பாள்.

ரசவடையைத் தின்ற ஒருவன், “ரசவடை ரொம்ப ருசியா இருக்குண்ணே எல்லாம் அக்காவோட கைபக்குவம். எனக்கும் வீட்ல ஒருத்தி இருக்கா ஒரு எழவும் செய்யத் தெரியாது, அண்ணன் குடுத்துவச்சவரு” என்றான்.

அவன் போனபிறகு, “அதிக கறியும் தோசையும் அவனுக்குக் குடுத்துப் பேசவச்சிருக்கல்ல, நா இல்லாத நேரம் அவன் வந்து பக்குவம் பாப்பானோ” என்பான்.

தேவையில்லாத பேச்சு எதுக்கு என்று எண்ணிக் கனன்று கொண்டிருக்கும் அடுப்பின் முன்னால் போய் நின்றால் அடுப்பும் சூட்டை வாரி இறைத்தது.

அவள் மேல் இரக்கமும் அக்கறையும் கொள்ளும் மனிதர்களை வெறுத்தான். சிலநேரங்களில் அடுப்பில் தோசைக்கல்லை வைத்துவிட்டு எங்கையாவது சொல்லாமல் கொள்ளாமல் போய்விடுவான்.

அவன் வேலையையும் சேர்த்தே செய்ய வேண்டியதுவரும். பலமணி நேரம் கழித்து வரும் கணவனிடம் மறுபேச்சு பேசாமல் ஒதுங்கிக்கொள்ள வேண்டும். மீறி பேசியதால் தோசை திருப்பியினால் வெட்டிய காயங்களின் தடங்கள் கையிலும் முதுகிலும் உண்டு.

நெடுஞ்சாலையை ஒட்டிய உணவகம் என்பதால் போவோர் வருவோர் தன்னை வேடிக்கை பார்த்து விடக்கூடாது என்றே சகலத்தையும் பொறுமையாகப் பொறுத்துக்கொள்வாள். அடுப்பில் கனன்று கொண்டிருக்கும் நெருப்பைப்போல் அவளுக்கான வேலைகள் நிறைந்து காணப்பட்டது. பல வருடமாக நின்று பழகிய கால்கள் உட்காரவும் மடக்கவும் மறுத்தன. கால் வலி, இரத்த அழுத்தம், கூடவே சர்க்கரை வியாதிக்கும் சேர்த்தே மாத்திரை எடுத்துக்கொள்வாள். இரண்டு மகள்களையும் நல்ல இடத்தில் கல்யாணம் பண்ணி வைத்துவிட்டால் இந்தக் கடையை நிரந்தரமாகப் பூட்டிவிடலாம் என நினைத்துச் சமாதானம் கொள்வாள். மகள்களின் திருமணத்தில் அவளுக்கு அதீதமான அக்கரை இருந்தது. தனக்கு நடந்த விபத்துபோல் நடந்துவிடக்கூடாதென்று உறுதியாக இருந்தாள்.

தூரத்து உறவு முறையில் மாமா மகன், அவள் கணவன். இயல்பாகவே பேசிப் பழகியவர்கள். வேறுமாதிரியான எண்ணம் இருவரிடமும் இல்லை. தனிமையில் வசித்து வந்த அவனுக்கு யாரும் இல்லை. தாத்தா சொத்துக்கள் அவனுக்கு இருந்தது. அன்று ஞாயிற்றுக்கிழமை, சமைத்த கறியைக் கொண்டு கொடு என அவள் அம்மா சொன்னதன் பெயரில் அவளும் கொண்டு கொடுத்து, அம்மாவின் வீண்பழிக்கு இருவரும் ஆளாகினார்கள்.

எவ்வளவோ எடுத்துச் சொல்லியும் அவள் அம்மா வீட்டில் ஏற்க மறுத்துவிட்டாள். அவனோடு இருப்பதுதான் சரி என எல்லோரும் சொல்ல அவளும் அவன் கூடவே இருந்தாள். எந்தப் பேச்சுக்கும் இடமில்லை எனப் புரிந்து கொண்டவனும் ஏற்றுக்கொண்டான். எல்லாம் அவன் தாத்தா சொத்தே காரணம் என்பதைத் தாமதமாகப் புரிந்து கொண்டான். அவளுக்குப் பதினைந்து வயதில் திருமணம். இப்போது வயது நாற்பதைத் தாண்டியது. தாலியும் கட்டவில்லை பதிவு திருமணமும் பண்ணவில்லை. ஆனாலும் இன்று வரையிலும் கணவன் மனைவி. இந்நிலை தன் குழந்தைகளுக்கு வரக்கூடாது என்பது அவளின் ஒரே சிந்தனையாக இருந்தது.

பல இரவுகள் இவ்வாறு கடந்தோடின.

"என்ன நீ பெருசா வேலைச் செய்யா, நா இல்லண்ண... நீ நடுரோட்டுல நிண்ணு வேலை பார்க்க முடியுமா? இல்ல கட வச்சித்தான் நடத்த முடியுமா?" என்பான்.

"சரி உங்களாலத்தான் நடக்குது. அதுக்கு நா என்னச் செய்ய முடியும், நாம தானே நடத்தணும்."

"உனக்க மொகத்திலேயே தெரியுதே நீ என்னடா பெரிய மயிருன்னு."

அவள் நினைத்தாள். பேசினாலும் தவறு பேசாமல் இருந்தாலும் தவறு மெல்ல எழும்பித் தண்ணீரைத் தொண்டைக் குழிக்குள் தெளித்த வண்ணம் நினைத்தாள்.

இதையே திரும்பத் திரும்பச் சொல்லிக் காட்டுறாரு. ஒருவேளை அப்படித்தான் என்னுள் நினைப்பு ஓடுதோ?

என்னதான் உழைத்தாலும் கணவனின் உழைப்பும் முக்கியம் என்று எண்ணினாள். இப்போது தூங்கினால்தான் விடிகாலை எழும்ப முடியும் எனச் சரிந்து படுத்துக்கொண்டாள்.

நேசர் உணவக அடுப்பு சின்னத் தீப்பொறிக்கும் கப்பென்று பிடித்துக் கொள்ளும் கோபமும் மூர்க்கமும் கொண்டிருந்தது. நெருப்பை அடுப்பு ஒளித்தே வைத்திருந்தது. அன்றாட வேலைகளைச் செய்யத் துவங்கும்போது இன்றைய நாள் முழுவதும் இந்த மனிதன் யாரோடும் பிணக்கம் கொள்ளாமல் இருக்க வேண்டும் என்று நெருப்பைப் பார்த்துக் கையெடுத்து

வணங்குவாள். ஒவ்வொரு வாடிக்கையாளரும் கடையைவிட்டு போகக் காரணம் இல்லையென்றாலும், அதற்கான காரணம் அவளுக்குத் தெரிந்திருந்தது. ஐந்துவருட வாடிக்கையாளர் போறதுக்கு அன்று நடந்த சம்பவம்தான் காரணமாக இருக்குமோ என நினைவில் கொண்டு வந்தாள்.

அவர் வரும்போது ஏதோ இனம் புரியாத சந்தோஷம் அவளுக்குள். சாப்பிடும் போது அக்கறையோடு பரிமாறுவது. சில நேரங்களில் அவள் கண்கள் சிரிப்பதை அவளாலேயே நம்ப முடியாமல் இருக்கும். அவருக்குள்ளும் இருக்கத்தான் செய்தது. குழம்பு ஊத்தும்போது மெதுவாகத் தடுப்பதைப்போல் கையைத் தொடுவது அவருக்குள் சந்தோஷம் கொடுத்தது. அவரைக் காணும்போது உற்சாகம் அவளுக்குள்.

வீட்டிலிருந்து சிறிது தூரத்திலேயே உணவகம் இருந்தது. எப்போதாவது சில நாட்கள் கடைக்குக் கிளம்பும்போது சட்னி அரைத்தே எடுத்துச் செல்வாள். சில நேரங்களில் கணவனே எடுத்துச் செல்வான். ஆனால் அன்று மறந்து விட்டாள். கடைக்குப்போனதும் சட்னி கொண்டுவராதது நினைவுக்கு வந்தது. கணவனிடம் சொல்லிவிட்டு வீட்டிற்கு சட்னி எடுக்க வந்தாள். வயிறு வலிப்பதுபோல் இருக்க குளியலறையும் கழிவறையும் சேர்ந்தே இருக்கும் அறைக்குள் நுழைந்தாள். "எத்தனை முறை சொன்னாலும் இதுகளுக்குக் காதுல ஏறவே ஏறாது குளித்து முடித்ததும் சோப்பை தண்ணீர் வடித்து வைக்கச் சொன்னா செய்றதேயில்ல. நான் தான் அந்த வேலையையும் செய்யணும்" என்று புலம்பியவாறே தண்ணீரில் ஊறிய குளியல் சோப்பை வெயிலில் எடுத்து வைத்தாள். "எத்தனை நாள் சோப்பு இல்லாமல் குளித்திருப்பேன்." எல்லோரும் குளித்து முடித்த பிறகு ஐந்து மணிக்கு மேல குளக்கரைக்குப் போய்ப் படிக்கட்டு தண்ணீரில் ஆங்காங்கே மிதக்கும் துண்டுச் சோப்புகளை யாருக்கும் தெரியாமல் சேகரித்து குளித்த நாட்களை எண்ணிக்கொண்டே சட்னியை எடுத்துச் சென்றாள்.

கடையில் சாப்பிடுவதற்காக அந்த வாடிக்கையாளர் உட்கார்ந்து இருந்தார். அவரைக் கண்டவள் இலையைப்போட்டு அதில் இரண்டு தோசைகளை எடுத்துவைத்து சட்னி ஊற்றிக் கொடுத்தாள். குனிந்து சாம்பார் வாளியை எடுத்ததுதான் தாமதம், தோசைக் கல்லில் அடுத்த அடுக்கு தோசையை ஊற்றிவைத்துவிட்டுக் குனிந்து நின்றவளின் முதுகில் பல்லை

இறுக்கமாகக் கடித்தபடி கண்ணை உருட்டி விரல்களை மடக்கி மடார் என்று குத்தினான் கணவன். அவள் மூச்சுவாங்கி நிமிர முடியாமல் நிமிர்ந்து, வலிக்காதது மாதிரியே தடவிக்கொண்டு சாப்பிடுகின்றவரைப் பார்த்துப் புன்னகைத்தாள். அவர் தோசையை இறுக்கமாகப் பிசைந்து கூழாக்கிக் கொண்டிருந்தார். கணவன் ஒன்றும் அறியாதவன் மாதிரி, "ஒரு வாளி சட்னி எடுக்க போனா எவ்வளவு நேரம், எவன் கூட படுத்துக்கிட்டு வந்தாளோ" என்று புலம்பினான்.

வாடிக்கையாளர் சாப்பிடாமலேயே உணவுக்கான பணத்தைக் கொடுத்துவிட்டு, "என் மனைவியால சமைக்க முடியாது. ஆறு வருஷமா அவளுக்கு உடல்நிலை சரியில்ல. எனக்குக் குழந்தையுமில்ல மதியம் மட்டுமே சமைப்பேன்" என்று சொல்லி நகர்ந்தார்.

அன்று போனவர்தான் அவள் கடைக்கு வரவேயில்லை.

அவள் உணவகம் தொடங்கியபிறகு சுற்றிச் சுற்றி நிறைய உணவகங்கள் தொடங்கியாயிற்று. அதனால் தினம் கடை நடத்தினால்தான், வரும் வாடிக்கையாளர்களைத் தக்கவைக்க முடியும் என்று நம்பினாள்.

இரண்டு நாட்கள் கடைக்கு லீவு போட்டு வீட்டில் இருந்தாள். மசாலாக்களால் ஊறிய விரல்கள் வீங்கிப்போய்ச் சிறிய அளவு நெல்லிக்காயைப்போல் இருந்தன. இதைவச்சிக்கிட்டு வேலையும் செய்ய முடியாது, திடீரென அதிகாரிகள் வந்தால் கையக் காட்டச் சொல்லுவாங்க எதுக்கு வம்பு. இதற்கு முன்னால் ஒருநாள் மாவை எடுத்து நடுரோட்டில் சரித்து ஊற்றிய சம்பவத்தை நினைத்துப் பார்த்தாள். "வீட்டில் லீவு எடுத்து குணமானதும் போகலாம்." அப்போதும் அந்த வாடிக்கையாளரைப்பற்றி யோசித்துக் கொண்டிருந்தாள். பாவம் நல்ல மனிதர்.

ஞாயிற்றுக்கிழமை அவள் மட்டுமே ஆலயத்திற்குப் போய் வருவாள். அவள் கணவன் பத்து வயதில் வீட்டைவிட்டு வெளியேறியவன், இருபது வயதில் திரும்பி வந்தான். வரும்போது அவனுக்கென்று இருந்த உறவுகள் உலகைவிட்டுப் போய்விட, அவன் தாத்தா இருந்த சின்ன அறையில் தங்கினான். பலவருடமாக உணவகங்களில் வேலை பார்த்ததாகச் சொன்னான்.

ஆலயத்தில் போதகரின் போதனை கேட்டது. ஸ்திரீகளே உங்கள் சொந்த புருஷர்களுக்குக் கீழ்படிந்திருங்கள் என்று போதகர் ஒலிபெருக்கியில் சொல்லிக்கொண்டிருந்தார். வந்தவள், ஆலயத்தின் வெளியே நின்றுகொண்டு ஜெபம் தொடங்கியதும் போகலாம் எனக் காத்திருந்தாள். அதுவரை வெளியில் நிற்போம் என ஒதுங்கி நின்று பின் ஜெபத்தின் இடையேபோய் முழங்கால் படியிட்டாள்.

போதகரின் போதனை தொடர்ந்தது. 'கோலியாத்தை முறியடிக்க கர்த்தர் தாவீதை நியமித்தார். அவ்வளவு பெரிய மூர்க்கமான முரடனைச் சாய்க்க கூழாங்கற்கள் போதுமானதாக இருந்தது. தனது கணவனை எந்தக் கூழாங்கற்கள் கொண்டு அடிக்க. கூழாங்கற்களைச் சேமித்து வைப்பதுபோல் சில திட்டங்களைத் தீட்டினாள்.'

கணவனுக்கான தண்டனை கட்டிலில் இருக்கிறதென்று நினைத்து, தன்னைத் தனிமைப்படுத்திக் கொண்டாள். பலநாள் பொறுத்திருந்தவன் மிகவும் மோசமான கெட்ட வார்த்தைகளால் அவளைத் திட்டிக் காயப்படுத்திச் சொன்னான், "பெருசா கேக்குதா என்ன?" வாய்பொத்தி விம்மி வெடித்து அழுதாள். தான் சண்டையிடுவது பக்கத்து அறையில் படுத்திருக்கும் குழந்தைகளுக்குத் தெரிந்துவிடக்கூடாது எனச் சத்தம் அடக்கிக் கட்டிலின் கீழே படுத்துக்கொண்டு விம்மினாள். "ஆமா பெரிசாத்தான் கேக்குது நீ அத அறுத்து தூர எறி" எனச் சொன்னவளை வெறி கொண்டு அடித்து உதைத்தான்.

எவ்வளவு அடி வாங்கினாலும் காலையில் தனது கடமைகளைச் செய்வதில் தவறுவதேயில்லை. தினம் தினம் அவளுக்கான சிலுவையில் அறையப்படும் ஆணிகள் கூர்மையிழக்கின்றன. அதிகமாகக் கணவன் சண்டையிடும் நேரங்களில் நன்றாகச் சமைத்து, நிறைய சாப்பிட்டு, காயம்பட்ட இடங்களில் மருந்து எண்ணெய் தடவி, சுடு நீர் வைத்து, குளித்து நன்றாகத் தூங்கிவிடும் பழக்கம் அவளுக்குக் கல்யாணமான புதிதிலிருந்தே இருந்தது. அவளுக்காக அவளது கர்த்தர் எந்தத் தேற்றரவாளனையும் பூமிக்கு அனுப்பவில்லை. அவளே தேற்றிக் கொண்டாள்.

கணவன் இல்லாத நேரம் உணவகத்துக்கு வரும் நோயுற்றவர்கள், முதியவர்கள், மனநலம் சரியில்லாதவர்கள் பசிக்கிறது என்று கேட்டால் உடனே உணவு கொடுத்துவிடுவாள். அவர்கள்

நிலையில் தன்னையே முன்னிறுத்துவாள். இதைப் பிடிக்காத கணவன் ஒருநாள் கொடுத்தால் தினமும் வருவார்கள் சாப்பிட மற்றவர்கள் வரவேண்டாமா என்பான்.

அன்று அளவிற்கு அதிகமான கூட்டம் நிறைந்திருந்தது. அவள் சமாளிக்க முடியாமல் திணறிக் கொண்டிருந்தாள். அப்போது கடையில் நுழைந்த மனநிலை சரியில்லாத பெண் அவளிடம் உணவு கேட்டாள். கூட்டத்தில் அவளைத் துரத்தினால் பிரச்சினையாகிவிடும் என்று உணவைக் கையில் கொடுத்தாள். அப்பெண்மணி கடையின் மறைவிடத்தில் உட்கார்ந்து சாப்பிட்டாள். அங்கேயே வெகுநேரம் காத்திருந்திருந்தாள். இதை கவனித்தவன் மனைவியைத் திட்டினான். மனநிலை சரியில்லாத பெண்ணையும் கெட்ட வார்த்தைகளால் திட்டி 'இனிமேல் நீ பணம் தந்துதான் சாப்பிடணும். இப்பச் சாப்பிட்டதுக்குப் பணத்தை வச்சிக்கிட்டு போ' என முறைத்தான்.

திடீரெனத் தனது பாவடையைத் தூக்கி தனது நிர்வாணத்தை அவனுக்குக் காட்டினாள். அவன் தலைகுனிய அங்கு நின்ற ஆண்கள் எல்லோரும் முகத்தைத் திருப்பிக்கொண்டனர். இவனுக்கு அவமானமாகப் போய்விட்டது. எல்லோரும் சேர்ந்து அவளைத் துரத்தினார்கள். அவள் கீழே குனிந்து ஒரு கல்லை எடுத்து எறிவதுபோல் போக்குகாட்டிச் சிரித்தபடியே சென்றாள். மறைத்து வைக்கப்பட்ட கூழாங்கற்களால் வீழ்த்தியதாக நினைத்து இவளும் சிரித்தாள்.

- தமிழ்வெளி, ஏப்ரல் 2024

□

சூலிக்குட்டி

வேலைக்குப் போறதுக்கு ஒருநாளைக்கு நான்கு மணிநேர பஸ் பயணம் சூலிக்குட்டிக்கு அலுப்பைக் கொடுத்திருந்தது. வாரத்தில் ஒருநாள் லீவு என்றாலும் வீட்டில் எடுக்கபிடிக்க வேலை. பஸ் பயணம் என்றாலே கூட்டம், நெரிசல். இத்தனை கூட்டம் எங்கதான் போறாங்களோ என எண்ணத் தோன்றினாலும் அவரவர் தேவை அவரவர்க்கே தெரியும் என சொல்லிக்கொள்வாள். பஸ் பயணம் எப்போதும் அவள் மனதில் நீங்காத கதைதான். சிறுவயது சூலிக்குட்டியின் பஸ்பயணம் தான் இது.

கயிற்றை பஸ் ஆக்கி விளையாடும் விளையாட்டில் சூலிக்குட்டிக்கு நடத்துநர் ஆகவோ அல்லது ஓட்டுநர் ஆகவோ ஆசை. சூலிக்குட்டிக்கு வயது எட்டு. அவள் வயதை ஒட்டியவர்களும், அவளைவிட இரண்டு மூன்று வயது மூத்தச் சிறுவர் சிறுமிகளும் ஊரில் அதிகம். அவளுக்குப் பாட்டி மட்டுமே உண்டு. பாட்டி காட்டுவேலைக்குச் சென்ற பின்னர் தனிமையில் இருக்கும் சூலிக்குட்டி, பொழுது சாய்வது வரையிலும் விளையாடுவாள். விளையாட்டு மட்டுமே அவளுக்குப் பிடித்தமானப் பொழுதுபோக்கு. பாட்டி வேலைக்குப் போகும் போது சொல்லிவிட்டுக் கிளம்புவாள்.

“மறக்காம பள்ளிக்கூடம் போ.”

ஆனால் பலநாட்கள் அவள் பள்ளிக்கூடம் போனதில்லை. தனிமையில் ஏதாவது ஒரு விளையாட்டைப்பற்றிச் சிந்தித்து, தானாகவே ஒரு விளையாட்டை உருவாக்கிக் கற்பனையில்

இன்னொருவரோடு விளையாடுவதைப்போல் பொழுது கழிப்பாள்.

நீண்ட கயிற்றைக் குறிப்பிட்ட அளவு துண்டித்து இருமுனையை முடிச்சிட்டு ஒன்றாக்கி, நடத்துநர் கயிற்றின் உள்ளே ஒரு முனையிலும், ஓட்டுநர் மறு முனையிலும் நின்று மற்றவர்களை உள்ளே ஏற்றிக் குறிப்பிட்ட இடத்தில் இறக்கி விளையாடுவர். அந்த பஸ் ஊரையே சுற்றி வரும். கால் வலிக்கும்போதெல்லாம் ஆங்காங்கே நிப்பாட்டி உட்கார்ந்து கொள்வர். விளையாட்டில் முருகனும் ராபியும் மட்டுமே எப்போதும் நடத்துநர் ஆகவும் ஓட்டுநராகவும் இருந்தார்கள்.

பஸ் புறப்படுவதும் வந்துசேர்வதும் புளியமரத்து மைதானத்தில்.

ஒருநாள் புளியமரத்து கிளையில் மறைத்து வைத்திருக்கும் கயிற்றைச் சூலிக்குட்டி எடுத்தாள். தனியாகவே பஸ்ஸை ஓட்டுவதுபோல் செய்கை செய்தாள். மைதானத்தைச் சுற்றிவரும் சூலிக்குட்டியைப் பார்த்த முருகன் ஓடி வந்தான். புளியமரத்து மைதானத்தின் அருகில்தான் முருகனின் வீடு இருந்தது.

“நிஜமான பஸ்சுல போனதுக்கூட இல்ல. இவ பஸ் ஓட்டுவா...”

“நானும் ராபியும் எத்தனை தடவ பஸ்சுல போயிருக்கோம் தெரியுமா?” என அவளைக் கையால் தள்ளிவிட்டான்.

“போ... போயி நம்மகூட விளையாட வாறவங்கள கூட்டிக்கிட்டு வா இன்னைக்கு லீவுதானே நாம எல்லோரும் டூர்போறோம் டிக்கெட் எல்லோருக்கும் ஃப்ரீதான்.”

அவன் சொன்னதைக் கேட்ட சூலிக்குட்டி இடுப்பில் மாட்டியிருந்த கயிற்றைக் கீழேபோட்டுவிட்டு வெளியே வந்தாள்.

பலதடவை அவள் பாட்டி புலியூர்குறிச்சி முட்டுஇடிச்சான் பாறை பார்க்க நடத்தியே கூட்டிச் சென்றிருக்கிறாள். அதேபோல் மண்டைக்காடு கொடைக்கும் நடந்தேதான். கடலை காண அதன் கதையைச் சொல்லியபடி அலுப்பில்லாமல் அழைத்துச் செல்வாள் பாட்டி வரும்போதும் நடந்தே வருவார்கள். சூலிக்குட்டி கடலைச் சுமந்தபடி பாட்டியோடு நடந்து வருவாள் வீட்டிற்கு. காலையில் போனால் பொழுது சாயும்போது வந்துவிடலாம் எனச்சொல்லி அழைத்துச் செல்வாள். சாலையோரம் தானாக வளர்ந்து கிடக்கும் சிறிய

பூக்களைக் கையில் பறித்துவைத்து அதை உன்னிப்பாகப் பார்த்துக்கொண்டே நடப்பாள். சூலிக்குட்டிக்கு வழியோரம் வேடிக்கை பார்ப்பது பிடித்தமான செயல்.

பாட்டியின் சொந்த ஊர் பேச்சிப்பாறை அணையைத்தாண்டி மலைப்பக்கம். காடு மலைகளுக்குகிடையில் நடந்து பழகிய பாட்டிக்கு நடப்பது சிரமமாக இருப்பதில்லை.

சூலிக்குட்டி என அழைப்பது அவளுக்குப் பிடிக்காது. அவள் வயிறு எப்போதும் கர்ப்பிணியின் வயிற்றைப்போல் இருப்பதால் இந்தப் பெயர் வந்தது. அவளின் நிஜப்பெயரை அவளே மறந்திருந்தாள். சூலிக்குட்டியின் ஊரில் காட்டுக்கொன்னை மரங்கள் நிறைந்து காணப்பட்டன. மஞ்சள் பூத்துகுலுங்கிய காட்டுக்கொன்னையின் மலர்களை ஒடித்துக் கையில் வைத்தவாறு கொஞ்சம் செம்பருத்திப் பூக்களையும் பறித்து, முருகன் திட்டியதை நினைத்தவாறே வீடு நோக்கி நடந்தாள். சாத்தியிருக்கும் வீட்டைத் தள்ளித் திறந்து பூக்களோடு விளையாடத் துவங்கினாள்.

கொன்னை மரங்கள் நிறைந்த ஊரில் வெயிலால் ஆங்காங்கே எட்டிப் பார்க்கத்தான் முடிந்தது. குழந்தைகள் விளையாடுவதற்கு இதமான காற்றும் நிழலும் எப்போதும் இருந்தது. விவசாயத்தைத்தவிர அங்கு அரசு வேலையில் எவருமே இல்லை. ஊரின் தெக்குக்கரையில் வயல்கள் நிறைந்த பகுதியும் வாழையும் தென்னைமரங்களும் மிகுதியாக இருந்தன. ஊர் தொடங்கும் இடத்தில் குளங்களின் பச்சை பாசியின் மணம். ஊரின் பின்புறத்தில் சிறிய ஆறு ஒன்று அருவிபோல் மேலிருந்து குதித்து ஓடும். ஊரின் எல்லை முடிவில் பெரியகுளம் ஒன்றுள்ளது.

வீட்டிற்கு வந்த பாட்டி சூலிக்குட்டியிடம் கேட்டாள்,

"வெளிய செறுதுவ விளையாடுது நீ போகல்லியா?"

மௌனமாக இருந்தாள்.

"வா நமக்கு ஆத்துக்குக் குளிக்கப் போவோம்."

ஆறு என்றவுடன் சூலிக்குட்டிக்கு ஆனந்தம்தான். முதலில் சூலிக்குட்டியைக் குளிப்பாட்டிக் கரையில் உட்காரவைத்துவிட்டே பாட்டி குளிப்பாள். சிலநேரங்களில் மட்டும் ஆற்றில் நீச்சல்

கற்றுக்கொடுப்பாள். எப்பவுமே பாட்டி இடுப்பில் உடுத்தியிருக்கும் சேலையின் உட்பகுதி கொண்டு, சூலிக்குட்டியை உட்கார வைத்துத் தலை துவட்டிவிடுவாள்.

"அப்படி தல துவட்ட வரமாட்டேன், என்னா நாத்தம்" என்பாள்.

அவள் சொல்வதை ஒருபொருட்டாக எடுத்துக் கொள்ளாத பாட்டி தொடர்ந்து அதையேத்தான் செய்தாள். சூலிக்குட்டிக்கும் பழகிப்போனது பாட்டியின் மணம்.

சூலிக்குட்டி ஆத்துக்கு நடந்து வரும் வழியே சிறுவர்களின் பஸ் அவளை எதிர்கொண்டு வந்தது. பார்த்ததும் பிரேக் போட்டு நிறுத்தினார்கள். அவளிடம் முருகன் சொன்னான்,

"வா ஏறு ஆத்துக்குக் கொண்டுவிடுறோம். சும்மாத்தான் நீ ஒண்ணும் தாளு பணம் தராண்டாம்."

கயிற்றுக்குள் ஒருவர் பின்னால் ஒருவர் என எட்டுபேர் நின்றிருந்தார்கள். சூலிக்குட்டிக்கு முருகனைக் கடித்து வைக்க வேண்டும்போல் இருந்தது. பாட்டி துணிமூட்டைகளை எடுத்துக்கொண்டு ஆற்றை எட்டியிருந்தாள். சூலிக்குட்டியும் வேறு வழியில்லாமல் பஸ்ஸில் ஏறிக்கொண்டாள். ராபி பஸ் ர்ர்ர்ம்ம்ம்டர்டர் போம் கிக்கி போம் எனப் பல ஒலிகள் எழுப்பிப் புறப்பட்டது.

நடத்துநரின் நடத்தைகள் அத்தனையும் அத்துப்படியாக முருகனுக்கு இருந்தது. கூடவே நகைச்சுவையோடு பேசுவதால் சலிப்பில்லாமல் பஸ் ஊரைச் சுற்றி வருகிறது. ஆத்துக்குப் போற வழியில் பயணிகளிடம் முருகன் சொன்னான்,

"நாம ஆத்துப் பக்கம் போறோம் கம்பிய இறுக்கமாகப் புடிச்சிக்கோங்கம்மா." வண்டி சரியும் விழுந்துருவீங்க என்று சொல்லியபடியே பயணிகள் மீது அவனே வந்து விழுவதுபோல் சரிவான். ஆனால் இந்த மாதிரியெல்லாம் சூலிக்குட்டிக்குச் செய்யவராது. அவளை ஆற்றங்கரையில் இறக்கிவிட்டுவிட்டுக் கயிறு பஸ் புறப்பட்டது. ராபி இழுக்கும் இழுப்பிற்கு ஈடுகொடுத்துப் பின்னால் நிற்பவர்கள் ஓடமுடியவில்லை என்றால் இறங்கிக் கொள்ளவேண்டும். மறுபடி வந்து அழைத்துச் செல்வான். சூலிக்குட்டி பஸ்சுக்கு டாட்டா காட்டியபடி புது உற்சாகம் கொண்டாள்.

பாட்டி பாதி துணிக்குமேல் துவைத்திருந்தாள். ஆற்றில் இறங்கவிடாமல் கரையில் உட்காரச் சொன்னாள். சூலிக்குட்டி துள்ளிக்குதிக்கும் நீரைப் பார்த்து, நீரின் நிறத்திலேயே இருந்த மீனைக் காத்திருந்து பிடிக்கும் கொக்கின் செயலை வேடிக்கை பார்த்தாள். எத்தனை மீன்களைக் கொக்கு விழுங்கியது என்று கைவிரலால் கணக்கு போட்டிருந்தாள். சூலிக்குட்டி குளித்து முடித்து ஆற்றிலிருந்து வீட்டிற்கு வரும் வழியில் ராபியும் முருகனும் மட்டும் பஸ்ஸை ஓட்டிக்கொண்டு வந்தார்கள்.

“உன்னக் கூப்பிடத்தான் வந்தோம். ஏறிக்கோ” என்றான். “இன்னைக்கி ராத்திரி எங்க வீட்டு முற்றத்தில் நிலா விளையாட்டு விளையாட வருவீங்களா” என்றாள்.

“சரி” என்றனர்.

சூலிக்குட்டியை அவள் வீட்டில் விட்டுச் சென்றார்கள். மாலை ஆறுமணிக்குமேல் முழுநிலா வெளிச்சத்தில் விளையாட்டு தொடங்கியது. ஏழுபேர் சேர்ந்து விளையாட ஆரம்பித்திருந்தனர். முழுநிலவின் வெளிச்சத்தில் முற்றத்து மரங்களும் கொன்னைமரங்களும் பல உருவம் கொண்டிருந்தன. ஒவ்வொரு உருவமும் எதை ஒத்திருக்கு என்று கண்டுபிடிக்க வேண்டும். நிலவும் மரங்களும் அவர்களோடு விளையாடத் துவங்கின. சிலநேரங்களில் மேகத்தால் மறைக்கப்படும் நிலவை அழைத்து முருகன் திட்டுவான்.

“லே ராபி நம்ம பஸ்சைவிட இவரு வேகமா போயிருவாரலா பாப்போம், நிலா வா... நாமா...” என்று சட்டம் கட்டுவான்.

“இங்கப் பாருங்க இவளுக்க வயிறு போல இருக்கு” நிழல் ஒன்றைப் பார்த்து ராபி சொன்னான். நிழலைப் பார்த்த சூலிக்குட்டி பாவாடையை வயிற்றின்மேல் தூக்கி வயிற்றை இறுக்கி எக்கிக்கொண்டு அவள் நிழலைப் பார்த்தாள். அழகான நிலவின் நிழலாக இருந்தாள்.

“இந்த விளையாட்டு போதும் நாம நிழலா வெயிலா விளையாடலாம்” என்றாள்.

நிலவின் வெளிச்சம்படும் இடம் வெயில் எனவும், நிழலை நிழல் எனவும் சொல்லி புது விளையாட்டு துவங்கியது. முழுநிலவோடு அன்றைய இரவு விளையாட்டு. அவரவர் வீடுகள் வரிசையாக

அக்கம் பக்கத்தில் இருந்ததால் விளையாட்டு வெகுநேரம் தொடர்ந்து முடிந்தது. நிலவும் நிழலும் காத்திருந்தது தனியே.

முருகனும் ராபியும் விளையாட்டு முடிந்து செல்லும்போது சூலிக்குட்டியிடம், "நாளைக்கு நாம எல்லோரும் டூர் போறோம் தெக்குகர ஏலாவுக்கு" என்று சொன்னார்கள்,

வாழைத்தோட்டம், தென்னந்தோப்பு, மரவள்ளிக்கிழங்கு மற்றும் காய்கறி தோட்டம் நிரம்பிக் கிடக்கும் செழுமையான பகுதி தெக்குகர ஏலா. பயிர்களை ஆடுமாடுகள் மற்றும் மனிதர்கள் நாசம் பண்ணுவதாக விவசாயச் சங்கத்தில் புகார் சென்றதால், அவற்றைக் காவல் காக்க திடகாத்திரமான முதியவர் ஒருவரைக் காவலாளியாகப் போட்டிருந்தார்கள்.

எப்போதும் பெரிய பிரம்பு ஒன்று கையில் வைத்தவாறு டார்ச்லைட்டோடு ஏலாவைச் சுற்றி வருவார். அவரின் முரட்டுக் குணம் தெரியாமல் டூர்போறதாக ஏலாவிற்குள் இறங்கியது பன்னிரண்டு பேர் கொண்ட பஸ். எப்போதும் ஊருக்குள் சுற்றிவந்ததால் பிரச்சினை ஏதும் இல்லாமல் வலம் வந்தது பஸ். சூலிக்குட்டியும் அவள் நண்பர்களும் உற்சாகமாக இருந்தார்கள். வயலின் வரப்புகளை மிதித்து வழுக்கி விழுந்தடித்துச் சிரித்து மகிழ்ந்தார்கள். கையில் கிடைக்கும் சிறிய மலர்கள், இலை தழைகளையெல்லாம் பறித்து வைத்துக் கொண்டார்கள்.

காலில் எறும்பு கடிப்பதாகச் சொன்னாள் சூலிக்குட்டியின் தோழி. உடனே முருகன் புலி கடித்துவிட்டதாகச் சொன்னான். வழியெங்கும் கிடக்கும் எறும்புகளைப் புலி கடிக்க வருவதாகச் சொல்லி வேகமாகக் கயிற்றை இழுத்துச் சென்றான் ராபி. ஈடுகொடுக்க முடியாமல் கூச்சலிட்டார்கள். மூச்சுவாங்கி ஆங்காங்கே தென்னந்தோப்பில் உட்கார்ந்து கொண்டார்கள். பழுத்துக் கிடக்கும் வாழைப் பழங்களைப் பறித்து வந்தான் முருகன். தின்று முடித்து மீண்டும் பஸ் புறப்பட்டது.

தூரத்தில் கத்திக்கொண்டு வந்தான் காவலாளி. "ஏய்... மாட்டு செம்மங்களே... கிட்ட வந்தேன்னா... ஒருத்தருக்க குண்டியிலையும் தொலி இருக்காது" எனச் சொல்லி கையில் கிடைப்பதையெல்லாம் எடுத்து எறிந்தான். காவலாளி தூரத்தில் வருவதைக் கணித்த முருகனும் ராபியும் அவனது செய்கையைப் பழித்துக் காட்டினார்கள். கயிற்றைத் தூக்கி

வெளியில் எறிந்துவிட்டு, “ஏய் புடிச்சிருவான் ஓடுங்க ஓடுங்க” என்றான் முருகன்.

எல்லோரும் ஒவ்வொரு திசையை நோக்கிப் பறந்தார்கள். சூலிக்குட்டியால் அவர்களைப்போல ஓடமுடியவில்லை. மூச்சுவாங்கி அவள் பெருத்த வயிற்றைத் தடவிய சூலிக்குட்டி, காவலாளியின் கையில் மாட்டிக்கொண்டாள். ஓவென அழும் சூலிக்குட்டியைத் தரதரவென இழுத்துச் சென்றான் காவலாளி. இழுத்த இழுப்பில் பாவாடை முட்டிக்குக் கீழே அவிழ்ந்து விழுந்தது. இடுப்பிற்குக் கீழ் துணியில்லாத சூலிக்குட்டியைத் தென்னைமரத்தில் கட்டிவைத்தான் காவலாளி.

வயலில் நண்டு கொத்தித்தின்ன வரும் காகங்கள் அவள் அழுகையால் சத்தமிட்டுப் பறந்தன. தென்னந்தோப்பு அழுதது. அவளைக் கட்டிவைத்துக் காலிலும் கையிலும் பிரம்பால் அடித்தான். வலிதாங்க முடியாத சூலிக்குட்டி, ‘பாட்டி, பாட்டி’ எனக் கத்தினாள். முதல் முறையாகப் பிரம்பால் அடி வாங்கினாள். அவளுடன் விளையாடினவர்களின் பெற்றோர் சிலர் வந்து காவலாளியிடம் பேசி மன்னிப்புக்கேட்டு அவளை அழைத்துச் சென்றார்கள்.

வீட்டில் வந்து தண்ணீர் குடித்துவிட்டுப் பாயில் சுருண்டு படுத்துக்கொண்டாள். தூக்கத்திலும் விம்மிக் கொண்டேயிருந்தாள். அவளது பாட்டி வந்து நிலைமையை அறிந்து காவல்காரனைச் சாபமிட்டாள்.

“வெளங்குவானா தடியென். பச்சபுள்ளய மாடு மாதிரி அடிச்சிருக்கான்.”

ஆற்றாமையைத் திட்டித் தீர்க்கத்தான் முடிந்தது பாட்டியால்.

அந்த வலியோடு பாட்டியிடம் கேட்டாள் “என்ன பஸ்சுல கூட்டிக்கிட்டு போவியா?”

“சரி” என்றாள் பாட்டி.

பஸ் விளையாட்டு தற்காலிகமாக நிறுத்தப்பட்டது. எப்போதும் குடித்துக் கூத்தடித்துத் திரியும் சங்கருக்கு அரசு ஓட்டுநர் வேலை கிடைத்திருப்பது பற்றிப் பெருமையாக ஊர்மக்கள் பேசிக் கொண்டார்கள்.

பல மாதங்கள் கழித்து ஒருநாள் சூலிக்குட்டி தூங்கிக் கொண்டிருக்கும் காலையில் முருகன் வந்து அழைத்தான்.

“சூலிக்குட்டி வெளிய வா, நம்ம புளியமரத்து கிரவுண்டுக்கு நிஜமான பஸ் வந்திருக்கு.”

சூலிக்குட்டி கண்ணைக் கசக்கியவாறே வெளியே வந்தாள். நிஜ பஸ்ஸை சுற்றிலும் வவ்வால் கூட்டம் மாதிரி சிறுவர்கள் தொங்கி விளையாடிக் கொண்டிருந்தார்கள். ராபி ஊத்தவாயோடு வண்டி ஓட்டுவதைப்பற்றிப் பேசிக்கொண்டிருந்தான். முருகன் கையில் கிழித்து வைத்திருக்கும் பேப்பர் துண்டுகளை டிக்கெட் எனச் சொல்லி அனைவருக்கும் கொடுக்க அங்கே விளையாட்டு துவங்கியது.

வண்டியைச் சுற்றிச் சுற்றித் தொட்டுப் பார்த்தாள் சூலிக்குட்டி.

ஊர் பெரியவர்கள் சங்கரைத் திட்டித் தீர்த்தார்கள்.

“டிப்போவுக்கு கொண்டுபோற பஸ்ஸை இந்தப்பய குடிச்சிக்கிட்டு ஊருக்குள்ள கொண்டு வந்துட்டான்.” சூலிக்குட்டி பஸ்ஸின் உள்ளே ஏறி சீட்டில் உட்கார்ந்து கைகளால் அழுத்தியும் குதித்தும் பார்த்தாள். ஹாரன் அடித்துக் காதைச் செவிடாக்கினான் ஒருவன்.

கூட்டத்தில் நின்ற முதியவர் பஸ்ஸுக்குள்ளிருக்கும் சிறுவர்களைச் சிறுகுச்சியை எடுத்து மிரட்டினார். எதற்கும் பயப்படாத குரங்கு கூட்டத்தைப்போல் சிறுவர்களின் அட்டகாசம் தொடர்ந்தது.

சங்கர் ஓட்டுநர் சீருடையோடு வீட்டிலிருந்து வெளியே வந்தான். ஊர்தலைவர் கேட்டார்,

“சர்க்கார் வண்டிய ஊருக்குள்ள கொண்டு வந்திருக்கியே.. சர்க்கார் நினைச்சா ஒனக்க வேலையே போயிருமே பாவிப் பயலே.”

“ஊம்பட்டும் சர்க்காரு” என்றான் சங்கர்.

அவன் கோபத்தில் பேசியவுடன் எல்லோரும் அமைதியாக நின்றார்கள்.

தொங்கி விளையாடிய குழந்தைகள் அமைதியாக சீட்டில் உட்கார்ந்து இருந்தனர். அவன் உள்ளே ஏறியவுடன், “பெரிய

சண்டிமாரு இவனுவ" எனச்சொல்லி முருகனையும் ராபியையும் கீழே இறக்கிவிட்டான்.

இறக்கிவிட்ட கோபத்தில் முருகன் சொன்னான், "ஆமா பெரியவண்டி கொண்டு வந்துட்டான் வால போவோம்."

சூலிக்குட்டியையும் அவள் தோழிகளையும் பஸ்ஸில் உட்கார வைத்துப் புளியமரத்து மைதானத்தை ஒருவாட்டிச் சுற்றி ஊரின் எல்லையில் இறக்கி விட்டுச்சென்றது உண்மையான பஸ்.

- அணங்கு (பெண்ணிய வெளி), 2023

☐

நேசமிகு சுவர்கள்

அவள் மேல் எனக்கு நிறைய பொறாமைகள் இருந்தன. வகுப்பறையில் யாரோடும் பேசவில்லை என்ற புகார்களை என் மீது அடுக்கிக் கொண்டேயிருந்தாள் தோழி. எனக்குப் பேசுவதற்கு நிறைய இருக்கின்றன மனிதர்களோடு அல்ல, என் வீட்டுச் சுவர்களோடு. தினமும் நடப்பதை நான் சுவர்களுக்குத் தெரியப்படுத்துவேன். எந்த மறுப்பும் தெரிவிப்பதில்லை என்பதே எனக்கான ஆறுதல். அவளைத் தோழி என்று ஒரு பேச்சுக்குத்தான் சொன்னேன்.

உண்மையில் என் தோழிகள் யார் என்பது எனது சுவர்களுக்குத் தெரியும். அவள் என் வீட்டின் பக்கத்துத் தெருவில் வசிக்கிறாள். அவளும் நானும் ஒரே வகுப்பறையில் பன்னிரண்டாம் வகுப்பு படிக்கின்றோம். பள்ளிக்குச் சிறிது தூரம் நடந்து போக வேண்டியதால் இருவரும் சேர்ந்தே போய் வருவோம். என்னை அவள் உம்மணா மூஞ்சி என்று பிற மாணவிகளிடம் புரளிச் சொல்லுவாள். அவள் சொல்லும் வார்த்தைகளை யாரும் இல்லாத நேரம் வகுப்பறை சுவர்கள் என்னோடு கிசுகிசுக்க ஆரம்பிக்கும்.

தோழியின் அப்பா வெளிநாட்டில் வேலை பார்க்கிறார். சில வருடங்களுக்கு ஒரு முறை வருவார். அவர் வந்திருக்கும் சமயங்களில் தினமும் அவளை பைக்கில் கொண்டுவந்து விடுவார். நான் தனிமையில் நடந்து செல்லுவேன். எப்போதாவது வழியில் என்னைப் பார்த்தால்

ஏற்றிக் கொள்வார். அவள் அப்பா எனக்குள் கைவிடப்பட்ட நேசத்தை ஞாபகப்படுத்துபவராக இருந்தார்.

தோழி வசந்த காலத்தைப் பள்ளிக்கு அழைத்து வருவாள். பூக்களின் மணங்களாலே நிரம்பியிருக்கும் வகுப்பறை. மற்றவர்களுக்குக் கொடுக்கும் பழக்கம் இல்லாதவள், தன்னிடம் எல்லாம் இருப்பதாகச் காட்டிக் கொள்வாள். வெளிநாட்டிலிருந்து அவள் அப்பா வந்த முதல்வாரம் திருவிழாபோல் ஆரவாரமாகவும், இரண்டாவது வாரம் விருந்தாளிபோல் எப்போது போவார் எனச் சலிப்புற்றவளாகவும் இருப்பாள். அவள் அப்பா காட்டும் நேசத்தைப் பார்க்கும்போது, வனத்தில் தொலைந்த முயல் குட்டியைப்போல் பதுங்கினேன்.

பைக்கில் அவளை அழைத்து வரும்போதெல்லாம் வகுப்பறை வரைக்கும் கொண்டுவந்து விடுகிறேன் என்பார். பள்ளிச் சுற்றுச்சுவருக்குள் அவள் தனது அப்பாவை அனுமதிப்பதேயில்லை.

“பரவாயில்லப்பா நீங்க போங்க சிரமம் வேண்டாம்” என்பாள். அவரது பெண் போன்ற தோற்றம் வயயோதிகத்தை ஒப்பனைச் செய்யும். விபத்து ஒன்றில் முன்வரிசை பற்களை இழந்தவர் செட்பல் மாட்டிக் கொண்டார். ஆரஞ்சு வண்ணம் மற்றும் கிளிப்பச்சை வண்ணத்தினாலான பனியன்களேயே விரும்பி உடுத்துவார். கடலில் படகு சவாரி செய்பவர்களும், சாலையைச் சீரமைக்கும் பணி செய்பவர்களும்தான் இந்த நிறத்தைத் தேர்ந்தெடுப்பார்கள். எங்கு இருந்தாலும் தான் தனியே தெரிய வேண்டும் என்பதற்காக. அப்படியான ஒரு எண்ணம் அவருக்கு இருக்கலாம். ஒரு போதும் தனது அப்பாவை மற்ற மாணவர்களுக்குக் காண்பிக்க கூடாது என்பதில் தீர்க்கமாகவே இருந்தாள்.

பள்ளிக்கூடத்தில் அதிக வசதியுள்ளவர்கள் பட்டியலில் நான்காவது இடத்தில் இருந்தாள் தோழி. வகுப்பறையில் அழகான மாணவர்களிடம் அதிகமாகப் பேச்சுக் கொடுப்பாள். வீட்டின் வசதியைச் சொல்லிப் பெருமைப்படுவாள்.

என் வகுப்பறை ஆசிரியர்கள் பண்டிகை காலங்களில் ஏழை மாணவர்களுக்குப் புதுத்துணி எடுத்துக் கொடுப்பதை வழக்கமாக வைத்திருந்தார்கள். ஏழை மாணவர் பட்டியலில் என்னை அவள்தான் சேர்த்துவிட்டாள். ஆசிரியர்கள் யார் யார் எனக் கேட்கும்போதெல்லாம் அவள் என்னை வலுக்கட்டாயமாக

எழுப்பி நிற்க வைப்பாள். மாணவர்கள் என்னை ஒரு மாதிரியாகவே பார்க்கிறார்கள் எனக் கூச்சப்பட்டேன். ஆசிரியர்கள் தந்த புதுத்துணி மிகவும் அழகாக இருப்பதாக என்னிடம் பல முறை சொல்லுவாள். நான் இதை உடுத்தினால் நல்லாயிருக்கும், என்னால்தான் உனக்கு இந்தத் துணி கிடைத்தது என்று சொல்லிக் காட்டுவாள். அந்தப் புதுத்துணியை முதலில் என் வீட்டுச் சுவருக்குப் போட்டு பார்த்தேன். ரொம்ப அழகாக இருப்பதாகவும் அதனிடம் சொன்னேன்.

பள்ளிக்கூடம் விட்டு மெதுவாக வீட்டுக்கு வருபவளிடம் வேகமாக நடக்கும்படி சொன்னேன். "எங்க அப்பா மிகவும் கண்டிக்கிறார். அதனால் எனக்கு வீட்டிற்குப் போகவே பிடிக்கவில்லை" என்று சொன்னாள். 'எஜமானியைக் கண்ட பிராணி குழைந்து கொஞ்சுவது போல் சில நேரங்களில் அப்பா நடந்து கொள்கிறார்.' அவள் சொன்னதில் இருந்து சுவரில் சித்திரம் வரையத் தொடங்கினேன்.

பள்ளியில் மதியவேளை உணவு சாப்பிட்டுக் கொண்டிருக்கும் போது, "எங்க அம்மாவுக்கு உன் வீட்டுக் கதைகள் எல்லாம் தெரியும். உன் அப்பாவின் புகைப்படத்தைக் காண்பித்தார்கள் தெரியுமா? இப்படியொரு அழகு நிறைந்த அப்பா எனக்கு இல்லையே என எத்தனை நாள் வருத்தபட்டிருக்கிறேன்." சடையை இடது கையால் இழுத்துவிட்டபடி சொன்னாள். தன் முண்ட கண்ணை அகல விரித்து, "நல்லவேளை எங்க அப்பா வெளிநாட்டில் வேலை செய்கிறார்" என்றாள்.

உன் அப்பாவின் நேசம் பூவுக்குள் இருக்கும் சிறிய தேன் துளி போன்றது என்றேன்.

அம்மா எனக்குள் பெருவனமாகத் தோன்றினாள். அவளை அறிய நான் முற்படவில்லை. என்னைச் சுவர்களுக்கு மட்டுமே காட்டிக் கொண்டேன். 'ஆங்கிலப் பாடத்தில் இலக்கண அடிப்படையே இவளுக்குத் தெரியவில்லை. கணிதப் பாடம் பார்முலாக்களில் புரிதல் இல்லை' என்று வகுப்பறையில் மாணவர்கள் மத்தியில் சத்தமாகப் பெயரைக் கூப்பிட்டுச் சொன்னார்கள். யாரும் சிரிக்கவில்லைதான். என்னைப்போல் நிறைய மாணவர்கள் இருந்தனர் என்பதே ஆறுதல். அன்று இரவு முழுவதும் என் சுவர்கள் மீது பார்முலாக்கள் வரைந்தேன். அது ஏதோ ஒரு புது உயிரினம் சுவரில் நெளிந்து உயிர் பெறுவதுபோல் இருந்தது.

ஆறு வருடங்களில் பத்து பள்ளிக்கூடம் மாற்றப்பட்டேன் என்பதை ஆசிரியர்களிடம் சொல்ல முடியவில்லை. நான் வகுப்பறைக்குச் சென்றவுடன் அப்பா குடித்துவிட்டுப் பள்ளிக்கு வந்து அடிக்கடி என்னை வீட்டிற்கு அழைத்துச் சென்று விடுவார். அம்மாவிடம் சண்டையிடுவதற்காக என்னிடமிருந்தே காரணத்தைத் தொடங்குவார். அம்மாவிற்கு உடல் நிலை சரியில்லை என்று ஆசிரியர்களிடம் சாக்குச் சொல்லி அழைப்பார். அதையும் மீறி அனுமதிக்க மறுக்கும் ஆசிரியர்களிடம் தரக்குறைவாகப் பேசி சண்டைக்கு நிப்பார். அதற்குப் பயந்தே அனுப்பிவிடுவார்கள்.

வகுப்பறையில் ஏன் அடிக்கடி தூங்குகிறாய். வீட்டில் தூங்காமல் என்ன செய்வாய் என்று பல முறை கேட்டாள் தோழி. நான் தோளை லேசாக உயர்த்திச் சிரிப்புடன் முடித்துக் கொண்டேன்.

அர்த்தங்கள் அற்ற வார்த்தைகளாக, எங்கோ இருட்டு குகைக்குள் உறுமும் புலியின் குரலாக அப்பாவும் அம்மாவும் சண்டையிடுவார்கள். அப்போது நான் தூங்கிவிடுவேன். காற்றோடு காற்றாக ஒரு தூசியைப்போல் மறைவதாகத் தோன்றும். விழிக்கும்போது ஒவ்வொரு உறுப்பாக மறுபடி தோன்றிப் பிறப்பதுபோல் இருந்தது. சில வேளைகளில் ஏன் தூங்கினோம் என்பதற்கான காரணத்தை மூளையின் மறக்க முடியாத பக்கங்கள் புரட்டிப்போடும்.

சத்தங்கள் இல்லாமல் தூங்குவது பயத்தைத் தருகிறது. ஆழமான கிணற்று நீருக்குள் குதிக்கும் கல்லொன்று கிணற்றில் எதிரொலிப்பது போல் எனக்குள் பயம் எதிரொலித்துக் கொண்டேயிருக்கும். தூங்குவதற்காக அம்மாவைப் பேசச் சொல்லிக் கேட்பேன். அம்மா திட்டிவிட்டுச் சுவ்ராகவே படுத்திருப்பாள்.

அன்று நான் பள்ளிக்கூடம் செல்லவில்லை. வீட்டிற்குத் தேடி வந்தாள் தோழி. அவள் வருவதை நான் விரும்பியது இல்லை. வலுக்கட்டாயமாக வருபவளை ஒன்றும் செய்ய முடியாது. பள்ளிக்கூடம் வராததைப் பற்றி என்னிடம் காரணம் கேட்டு, தனது பாதங்களைத் தூக்கிக் காட்டினாள். செருப்பு தங்கத்தைப்போல மினிங்கிக் கொண்டிருந்தது.

"எப்போதும் என் அப்பா எனக்கான அளவுகளைச் சரியாகத் தெரிந்து வைத்திருப்பார். அவர் வாங்கிக் கொடுத்த செருப்பு நல்லாயிருக்கா?" என்றாள்.

எனக்கு மினுக்கு கலர் பிடிப்பதில்லை. அவள் அப்பாவிற்காக நல்லாயிருக்கு என்றேன்.

"அப்பா இன்னும் ஒரு வாரத்திற்குள் கிளம்பிவிடுவார்" என்றாள்.

ஒவ்வொரு முறையும் எனக்குள் கடந்த காலத்தின் கசப்புகளை ஊட்டிவிடுபவளாக இருந்தாள்.

"உங்க அப்பா செருப்பு வாங்கித் தந்திருக்காரா?"

"ம்"

அவளிடம் செருப்புக் கதையைச் சொல்லாமல் என் மனம் அந்த நினைவுகளை மீட்டுக் கொண்டிருந்தது.

மூன்றாவது படிக்கும்போது செருப்பு வாங்கித் தருவதாக அப்பா என்னைச் சந்தைக்கு அழைத்துச் சென்றார். புதன் கிழமைகளில் மட்டும் நடக்கும் வாரச் சந்தை. சாயங்காலம் ஐந்து மணி வாக்கில் என்னை அழைத்துப் போனார். அம்மாவும் இப்படியாவது செலவு செய்யட்டுமே என நினைத்து என்னை அப்பாவோடு அறைகுறை மனதுடன் அனுப்பி வைத்தாள். பேருந்தில் போனால் இரண்டு ரூபாய் செலவழிக்க வேண்டும் என்பதற்காக நடக்க வைத்தே அழைத்துப் போனார். அவர் விரலைப் பிடிக்காமல் வேடிக்கைப் பார்த்தபடி நடந்தேன்.

தேங்காய் விற்கும் தாத்தாவின் பக்கத்தில் உட்கார வைத்துவிட்டு, "இப்போ வந்துருவேன் இருந்துக்கோ" என்றார். வேடிக்கை பார்ப்பதை மீறிப் பயம் தொற்றிக் கொள்ள ஆரம்பித்தது. தாத்தாவின் அருகில் இருந்த பேத்தி என்னை விடவும் பெரியவளாக இருந்தாள்.

என்னோடு பேச்சுக் கொடுத்துக் கொண்டேயிருந்தாள். என்னுடைய விலாசத்தை விசாரித்தாள். "எனக்கு அந்த இடம் தெரியும். அங்க ஒரு மில் இருக்கு. தேங்காய் எண்ணெய் எடுக்க தாத்தா கூட்டிக்கிட்டு வருவார்" என்றாள்.

மில் பக்கத்தில் தான் நாங்க வாடகையிருக்கும் வீடு இருக்கு. அங்கிருந்து கேட்கும் ஓயாத இரைச்சலில் அம்மாவின்

அழுகையும் வெளியில் காணாமல் போகும். சந்தைக்குள் நான் அப்பாவிற்காகக் காத்திருந்தேன். கண்ணீர் இமைகளுக்குள் அடைபட்டு நின்றது. சற்றுத் தூரத்தில்தான் செருப்பு கடைக்காரன் இருந்தான். அவனையும் பயத்தின் இடையே அடிக்கடிப் பார்த்துக்கொண்டிருந்தேன்.

இப்போது அவன் ஒவ்வொன்றாக அட்டைப்பெட்டிக்குள் எடுத்து வைக்க ஆரம்பித்திருந்தான். சில ஆண்களின் சத்தம் அப்பாவின் குரலைப் போலவே இருந்தது. சில மனிதர்களுக்கு அப்பாவின் சாயலைப் போலவும் நடையைப் போலவும் தோற்றம் இருந்தது. யாரை அழைப்பது? புது செருப்பிற்காகப் பழைய செருப்பையே பார்த்துக்கொண்டிருந்தேன். சிறிது நேரத்தில் பெட்டியில் அடுக்கிய செருப்புகளோடு தலைச்சுமையாக நடக்கலானான் செருப்புக்காரன். என் அழுகை ஏமாற்றமும் தேடலும் நிறைந்ததாக இருந்தது.

சந்தையில் நான் இருந்த இடத்தில் வேப்பமரம் ஒன்று இருந்தது. மாலைநேரக் குளிரும் வேப்பமரத்தின் காற்றும் கொஞ்சம் என் அழுகையைத் தேற்றுவதாக இருந்தன. மரத்தில் வந்தடைந்த காகங்களைத் தேங்காய் வியாபாரியின் பேத்தி விரட்டினாள். அவை குடும்பமாக உட்கார்ந்து கொண்டன. சந்தை நாட்களில் அவை உணவு கிடைத்தாலும் நிம்மதியில்லாமல் அலைந்தன. இன்னும் சிறிது நேரத்தில் தேங்காய்காரரும் போய்விடுவார்.

மின் விளக்குகள் எரிய ஆரம்பித்தன. சந்தையின் நடுப்பகுதியில் பலபேர் கூடிநின்று கூச்சலிட்டு, கெட்ட வார்த்தைகளால் அதட்டலிட்டுக் கொண்டிருந்தனர். அவர்கள் மத்தியில் அப்பா அடிபட்டு மூச்சு இரைத்தபடி தள்ளாடி தரையில் உட்கார்ந்து கைகளை ஊன்றி இருந்தார். இரண்டு பேர் அவர் சட்டையைப் பிடித்து இழுத்து, தலை மயிரைக் கொத்தாகப் பற்றி இழுத்துக் கன்னத்தில் அறைந்தார்கள். அப்பா வலிதாங்க முடியாமல் கெட்ட வார்த்தைகளால் திட்டினார். எனக்கு இதயம் வேகமாக அடித்தது. சிறுநீர் கழிக்க வேண்டும்போல் இருந்தது. ஆனால் என்னை அறியாமலேயே கால் வழியாகச் சிறுநீர் வழிந்தோடுவதை உணர்ந்தேன். அவர்கள் கலைந்து சென்ற பிறகும் அப்பா அவர்களைத் தேடிச் சந்தையில் அலைந்து திரிந்தார். நான் அழுவதைப் பார்த்த தேங்காய்காரரின் பேத்தி, “அழாத உங்க வீட்ல கொண்டு போய் விடுறேன்” எனச் சொன்னாள்.

நன்றாக இருட்ட துவங்கியிருந்தது. வீட்டில் கொண்டுவந்து விட்டவள், நடந்ததை அம்மாவிடம் சொல்லிச் சென்றாள். கைகால்கள் நடுங்கியபடி தூங்கிவிட்டேன். வெகுநேரம் அப்பா அம்மாவின் சண்டை சத்தம் மட்டுமே கேட்டுக்கொண்டிருந்தது.

சில மாதங்களாக அப்பா மாறியிருந்தார். அம்மா கொஞ்சம் நிம்மதியாக இருந்தாள். குடிப்பதை நிறுத்தியவுடன் அவர் வலிப்பு நோய் வந்து அடிக்கடி விழுந்தார். கொஞ்சம் கொஞ்சமாக மீண்டும் முழு நேரமும் குடிக்கத் துவங்கிப் பின் மீண்டும் சில வாரங்கள் நிறுத்திவிடுவார். அன்றைய நாட்கள் மகிழ்ச்சியாகக் கடந்துபோகும். அவ்வப்போது அவருக்கு வலிப்பும் வந்து போனது.

அன்று மதியம் பள்ளிக்கூடம் லீவு. வெயிலில் கால்கள் கொதிக்க நடந்து வருவதும், நிழல் கிடைக்கும் இடங்களில் ஒதுங்கியும் நின்று வந்தேன். அன்று சந்தையில் ஒருகால் செருப்பைத் தவறவிட்டுவிட்டேன். அதற்காக அம்மா என்னைத் திட்டியபடி, "செருப்பில்லாம போனாதான் அதனோட அருமை தெரியும்" என்றாள்.

போகும்வழியில் அப்பா கவிழ்ந்து கிடப்பதைப் பார்த்தேன். யாரும் அருகில் இல்லை. ஓடிப்போய் அவர் கைகளைப் பிடித்து இழுத்தேன். கைகள் பலமிழந்தவையாகத் தோன்றியதால், சத்தமாக அப்பா... என அழ ஆரம்பித்தேன். சற்றுத் தொலைவில் நின்றவர்கள் முணுமுணுத்தபடி ஓடி வந்து கைகளைப் பற்றி இழுத்துத் தூக்கினார்கள். ஒருபக்கக் கன்னம், கை, கால் தார்சாலையோடு ஒட்டியிருந்தது. அவர் வலிப்பு வந்து விழுந்து கிடப்பதை யாரும் பொருட்படுத்தவில்லை. அதன் பிறகு சில மாதங்கள் உடல் நிலை சரியில்லாமல் அப்பா நிரந்தரமாக இல்லாமல் போனார். நானும் அம்மாவும் பாட்டியின் வீட்டுக்கு வந்து விட்டோம். அதிகமாக வெறுப்பவர்களும் அதிகமாக நேசிக்கப்படுபவர்களும் கனவில் அடிக்கடி வந்து போவார்கள் போலும். நான் நேசிக்கிறேனா இல்லை வெறுக்கிறேனா எனத் தெரியவில்லை. என் கனவுகள் முழுவதையும் அவரே எடுத்துக்கொள்கிறார்.

நானும் தோழியும் பள்ளிக்கூடம் விட்டு மாலையில் வீட்டுக்கு வந்து கொண்டிருக்கும்போது என்னிடம் அழுதபடியே சொன்னாள், "எங்க அப்பா வெளிநாட்டுக்குப் போய்ட்டார்.

நேசமிகு சுவர்கள் | 63

இனி கொஞ்ச வருஷத்துக்கு வரமாட்டேன்னு சொல்லித்தான் கிளம்பினார். எங்க வீடு இன்னும் அவர் வாசனையைச் சுமந்து கொண்டிருக்கு. ஆனால் ஏனோ எனக்கு அழவேண்டும் போல இருக்கு. அவர் எனக்குள் ஏதோ செய்கிறார்."

"அருகில் இருக்கும்போது பிடிக்காதது மாதிரி. தொலைவில் சென்றதும் மாறுபட்டதாக இது சந்தோஷமா, இல்ல துக்கமா? பிரித்தறிய முடியாத நிலை" என்றாள். "இல்லாததை வெறுக்கவும் இருப்பதை நேசிப்பதுமாக இருக்கலாம்" என்றேன்.

"அப்போ நீ உன் அப்பாவை வெறுக்குறியா?" என்றாள்.

நாங்கள் நடந்து வந்து கொண்டிருக்கும் சாலையின் ஓரத்தில் மரத்திலிருந்து விழும் ஓர் இலையைப்போல ஒருவர் விழுந்து கிடக்கிறார். யாரும் அவரைக் கண்டுகொள்ளவில்லை. திரும்பித் திரும்பி அவரைப் பார்த்தபடியே வீட்டிற்கு வந்து, சுவரில் சித்திரங்கள் வரைந்து கொண்டிருந்தேன்.

- தமிழ்வெளி, ஜனவரி 2022

□

செம்மண்

பல வருடமாகப் பூட்டியே கிடக்கிறது ரெட்டியார் வீடு. அதே பகுதியைச் சார்ந்த பாவாடையனுக்கு, ரெட்டியார் வீடு பூட்டியே கிடப்பதில் ஏக குஷி. ரெட்டியார் வீட்டிற்கும் பாவாடையன் வாடகையிருக்கும் வீட்டிற்கும் இடையே முட்காடு இருந்தது. எப்போதும் ரெட்டியார் வீட்டை நோட்டமிடுவதே அவன் வேலை. நெடுஞ்சாலையிலிருந்து தள்ளியிருந்த அவ்வீடு, ஆளரவமின்றித் தனித்திருந்தது. யாராவது வாடகைக்கு வரமாட்டார்களா, என ரெட்டியார் காத்துக்கிடந்தார்.

அந்த வீட்டில் மனிதர்களைத் தவிர பிற ஜீவராசிகள் சுதந்திரமாக ரெட்டியாருக்கு வாடகை கொடுக்காமல் வசித்து வந்தன. ஓடு வேய்ந்த சுமாரான பரப்பளவு கொண்ட வீடு. பாவாடையனுக்கு எப்போதெல்லாம் ரெட்டியாரின் ஞாபகம் வருகிறதோ, அப்போதெல்லாம் இரவில் தனியாகப் போய் ரெட்டியார் வீட்டின் மீது சின்னச் சின்ன கற்களை வீசிவிட்டு வருவான். பாவாடையனுக்குள் தூங்கும் கோபம் மேலேறி வருகையில், "யாரு இவன் வீட்டுக்கு வாடகைக்கு வாறாங்கன்னு பாக்குறேன்" எனச் சட்டம் கட்டும் மனம்.

பாவாடையனும் அவன் மனைவியும் ஐந்து வருடங்களுக்கு முன் ரெட்டியாரின் வீட்டிற்கு வாடகைக்கு வந்தார்கள். பொறுப்பில்லாத பாவாடையனைப் பொறுப்புடன் நடத்தி வந்தாள் அவன் மனைவி. வாடகை வசூலிக்க ரெட்டியார் மூன்று மாதத்திற்கு ஒரு முறைதான் வருவார்.

அவரின் சொந்த வேலைகளையும் நிலங்களையும் கவனிப்பதால் நேரம் கிடைப்பதில்லை.

கரை வேட்டி சட்டை அணிந்து ஊர் நியாயம் பேசித் திரிவது பாவாடையனின் வழக்கம். ரெட்டியார் குள்ளமான உருவமும், முரட்டு உடற்கட்டும், முன்கோபமும் உடையவர். ரெட்டியாரின் உடலமைப்பும் பாவாடையனின் உடல் அமைப்பும் ஒன்று போலவே இருந்தது.

புதிதாகப் பார்ப்பவர்கள் இருவரையும் அண்ணன் தம்பி என்றே எண்ணிக் கொள்வார்கள். பாவாடையனுக்கு இரண்டு வருடங்கள் வாடகை கொடுப்பதில் சிரமம் இல்லாமல் இருந்தது. அதன் பிறகு வாடகை கொடுக்க தாமதம் ஆகையில் ரெட்டியார் எச்சரிக்கை செய்தும், கோபம் கொப்பளிக்கப் பேசியும் கடந்து சென்றார். ஒரு நாள் பாவாடையன் திண்ணையில் தூங்கிக் கொண்டிருந்த போது வாடகை வசூலிக்க ரெட்டியார் வந்தார். அவரைப் போலவே ரெட்டியாரின் குரலும் கனத்துப் போயிருக்கும். சத்தம் போட்டு பாவாடையனை ரெட்டியார் எழுப்ப, வீட்டு முற்றத்தில் நிற்கும் வேப்பமரத்துக் குருவிகள் அச்சமுற்றுப் பறந்து சென்றன. திடுக்கிட்டு எழும்பிய பாவாடையன்,

“வாங்க, உக்காருங்க. என்ன, ரெட்டியாரே சொல்லாம கொள்ளாம வந்திருக்கிய.”

“சொல்லிட்டு வாற அளவுக்கு நீ என்ன பெரிய ஆளா?”

தன்னைப் பெரிய ஆளாக மதிக்க வேண்டும் என்ற தோரணையில் இருப்பவனை ரெட்டியாரின் பேச்சு சற்றுக் கோபமடைய வைத்தது.

“இப்போ வாடகையில்ல போயிட்டு ரெண்டு மாசம் கழிச்சி வா” எனச் சொல்ல எழும்பி வீட்டிற்குள் சென்றுவிட்ட பாவாடையனை முறைத்த வாக்கில் பார்த்த ரெட்டியார் சொன்னார்,

“இந்த ராங்கிக்கு ஒன்னும் கொறச்சலில்ல. வெறும் பயலுக்கு நாக்கப் பாரு.”

“யார வெறும் பயன்னு சொன்ன?” எனக் கத்திக் கொண்டு ரெட்டியாரை பார்த்து அவன் கேட்க, இருவருக்குள்ளும் வாக்குவாதம் முற்றிக் கைகலப்பாகி அடிதடியில் முடிந்தது.

ரெட்டியார் அடித்த அடியில் பாவாடையனின் முன் பற்கள் மூன்று உடைந்து போயின. விஷயம் கோர்ட் வரை போய் முடிவுக்கு வந்தது. பாவாடையனின் பற்களுக்காகப் பணம் கட்டினார் ரெட்டியார்.

ரெட்டியாரின் அடியைப் பல நேரங்களில் மனம் மறந்தாலும் பல் மறக்கவேயில்லை. பாவாடையனின் கூட்டாளிகள் அடிக்கடி அவனுக்கு நினைவூட்டிக் கொண்டிருந்தார்கள். எப்படியாவது ரெட்டியாருக்குப் பதிலடி குடுத்தே ஆக வேண்டிய நினைப்பில் இருந்தான்.

இதற்காகவே ரெட்டியார் வீட்டு அருகிலேயே வாடகைக்கு இருந்தான். அந்த வீட்டிற்கு யார் வாடகைக்கு வந்தாலும் எதையாவது சொல்லி வரவிடாமல் ஆக்குவது அவன் பிரதான வேலை. பாவாடையனின் மனைவி இவன் எண்ணம் பற்றித் தெரிந்திருந்தாலும், அதைக் கண்டு கொள்ளாமல் கடந்து விடுவாள். தன் வேலை உண்டு, அதற்கான சம்பாத்தியம் உண்டு என்று அவ்விரண்டிலேயே கண்ணாக இருந்தாள். ரெட்டியாரின் வீட்டைத் தாண்டி இரண்டு கிலோமீட்டர் தொலைவில் சிறிய அளவிலான அரசு மருத்துவமனை ஒன்று இருந்தது. மாலை வேளைகளில் அங்கு சென்று பலகாரங்கள் சுட்டு விற்று வருவாள். அதில் கிடைக்கும் வருமானம் அவளுக்குப் போதுமானதாக இருந்தது. பல நேரங்களில் இருட்டிய பிறகே வீட்டிற்கு வருவாள்.

அடிக்கடி பாவாடையனுக்கும் அவன் மனைவிக்கும் இடையில் சண்டைகள் நடப்பதுண்டு. வெளியூர் போயாவது சம்பாதித்துவரும்படி விரட்டுவாள். அவள் நச்சரிப்பு தாங்க முடியாமல் ஆறு மாத காலம் பம்பாய்க்கு வேலைக்குப் போனான். அந்த இடைவெளியில் ரெட்டியாரின் வீட்டிற்கு வாடகைக்கு ஒரு குடும்பம் வந்தது. வீட்டைச் சுத்தப்படுத்தி வசதிகள் செய்து கொடுத்த போது ஒழுங்காக வாடகையும் வசூலாகிக் கொண்டிருந்தது. ரெட்டியாரும் அந்தக் குடும்பத்தில் ஒருவரைப்போல் பழகினார். ஆனால் அந்தக் குடும்ப தலைவி ரெட்டியாரிடம்,

"ஐயா நீங்க சாயங்காலம் விளக்கு வைக்கிற நேரம் வாடகை வசூலிக்க வர வேண்டாம்" என்று கண்டிப்போடு சொல்லி வைத்தாள்.

பல மாதங்கள் அவரும் அதையே தான் கடைபிடித்து வந்தார்.

ஊருக்குத் திரும்பி வந்த பாவாடையன், ரெட்டியார் வீடு வாடகைக்கு விடப்பட்டது கேள்விப்பட்டு அங்கிருந்த குடும்பத்தினரை விரட்ட பலவாறு முயற்சி செய்தான். அவர்கள் வீட்டின் முன் எலுமிச்சம் பழம் குங்குமம் எறிவது, சிறியகற்களை ஓட்டின் மீது வீசியெறிவது என்று பல வேலைகள் செய்தும் பலன் இல்லாமல் போனது. மெதுவாக அந்த வீட்டினருடன் நெருங்கிப் பழக ஆரம்பித்தான். ஆனாலும் ரெட்டியாரைப் பற்றி எதுவும் சொல்லிக் கொள்ளவில்லை. இரண்டு வருடங்கள் வாடகை ஒழுங்காகப் போய்க் கொண்டிருந்தது. வாடகை தாமதம் ஆனதால் அடிக்கடி ரெட்டியார் வந்து சத்தம் போட ஆரம்பித்திருந்தார். அவருக்குத் தோணும் போதெல்லாம் வாடகை வசூலிக்க வரத் தொடங்கினார்.

ரெட்டியார் வருவது அறிந்ததுமே அந்தப் பெண் அன்பாகப் பேசி, அவருக்குக் குடிப்பதற்குத் தண்ணீர் கொடுத்து வீட்டின் நிலையை எடுத்துச் சொல்லிப் புரிய வைத்துச் சமாளித்தாள். ஒரு கட்டத்துக்கு மேல் பல மாதங்கள் தாண்டியும் வாடகை கொடுக்க முடியாததால் முன் பணத்தில் கழித்துக் கொள்ளச் சொன்னாள். அவள் கணவனோ கடனில் தவித்துக் கொண்டிருந்தான். ஏற்கெனவே அவனுக்கு தொடர்ச்சியான மது பழக்கம் இருந்தது. கடனை மறக்க மது அருந்துவதாகச் சொன்னான். பாவாடையன் மனைவியும் வாடகையிருக்கும் பெண்ணும் நட்புறவோடு பழகிக் கொண்டார்கள். பாவாடையன் மனைவியோடு சேர்ந்து அவளும் பலகார வியாபாரம் செய்ய ஆரம்பித்திருந்தாள்.

ரெட்டி வீட்டுத் தண்ணீர் குழாயை அடிக்கடி பழுதாக்குவது பாவாடையனின் வேலை. அச்செயலைச் செய்து விட்டு எதுவும் தெரியாதது மாதிரி சமாளித்து விடுவான். வாடகையும் முன்பணத்தில் கழிந்துவிட வீட்டைக்காலி பண்ணுவதைத் தவிர வேறு வழியில்லை என எண்ணியிருக்கும் நேரம் பாவாடையனின் மனைவி அவர்களுக்குப் பணம் கொடுத்து உதவினாள். இதை அவள் கணவனுக்குத் தெரியாமல் பார்த்துக் கொண்டாள். ஆனால் பாவாடையன் இக்குடும்பம் ஒருவழியாக வெளியேறிவிடும் என நிம்மதி பெருமூச்சுவிட்டான்.

ரோட்டை ஒட்டிய வீடு என்பதால் டெலிபோன்காரர்கள் நீளவாக்கில் ரோட்டின் ஓரமாகப் பள்ளம் தோண்டிப் போட்டார்கள். மழை வரவே, பள்ளம் சேரும் சகதியுமாகத் செம்மண் கலந்து நிரம்பி வழிந்தது. குழந்தைகள் அதில் விழுந்து விடாதவாறு முட்களை வெட்டிப் போட்டும், தென்னை ஓலைகளை அதன் மேல் இட்டும் வைத்திருந்தாள்.

பல மாதங்கள் வாடகை வசூலிக்க வராத ரெட்டியார் திடீரென அந்த பெரும் மழையில் குடை பிடித்தவாறே வந்து நின்றார். வீட்டின் முன் இருந்த வேப்பம் பூக்கள் மழைநீர் சொட்டியவாறே கனத்து இருந்தன. அதை வேடிக்கை பார்த்துக் கொண்டிருந்த குழந்தை, ரெட்டியார் வருவதை அம்மாவிடம் சொன்னது. அவர் வருவதற்கு இரண்டு மணிநேரத்திற்கு முன்பு தான் கணவன் மனைவிக்கிடையே பெரும் சண்டை நடந்தது. சண்டையில் தளர்ந்து போய் கணவன் படுத்துக்கொண்டான். இடையில் ஏதாவது சத்தம் கேட்டால் விழித்து மறுபடியும் சண்டையிட ஆரம்பிப்பான். அதனால் கணவன் தூங்கியது அவளுக்கு நிம்மதி கொடுத்தது. குழந்தைகளிடம், "சத்தம் போடாதீங்க, விழித்தால் சண்டை நடக்கும்" என்று சொல்லி வைத்தாள். அதனால் ரெட்டியாரின் வருகையைக்கூட குழந்தைகள் அம்மாவின் காதில் கிசுகிசுத்து வைத்தார்கள்.

வந்ததும் வராததுமாக முகத்தைக் கடுகடுப்பாக வைத்துக் கொண்டு, திண்ணையில் ஏறி நின்று குடையை மடக்கி உதறி, மரச்சட்டம் போட்ட கேட்டை உலுக்கினார். சத்தம் கேட்டு வெளியில் எட்டிப் பார்த்தவளுக்கு நெஞ்சு பதட்டம் கொள்ள ஆரம்பித்தது. புலம்பிக்கொண்டே வெளியே வந்தாள். அவரைப் பார்த்த போதுதான் அவர் வீடு என்ற நினைப்பே அவளுக்குள் வந்தது. பூனையைப் போல பதுங்கி வந்து ரெட்டியாரை வீட்டிற்குள் அழைத்து மெதுவாகச் சொன்னாள். "ஐயா நீங்க நாளைக்குக் காலையில வாங்க நான் வாடகை தாரேன்."

"உங்க வீட்டு வேலைக்காரன்னு நினைச்சியா வாடகையைக் குடு" எனக் கனத்த குரலில் சத்தம் போட, அறையில் மது மயக்கத்தில் கிடந்த அவள் கணவன் எழும்பி வந்து ரெட்டியாரை உற்றுப் பார்த்தான்.

"எவன்கிட்ட பேசிக்கிட்டு இருக்க" என்று அருகில் வந்தவன், ரெட்டியாரைக் கண்டதும் துணியை ஒழுங்குபடுத்துவது போல சீராக்கித் தான் சரியாக இருப்பதாய்க் காட்டினான்.

நிலையைப் புரிந்து கொண்ட ரெட்டியார் கோபத்தில் "என்ன இது? மனுஷனா நீ? ஒழுங்கா இருந்தா வீட்ல இருங்க, இல்ல காலி பண்ணுங்க."

"வாடகை தர வக்கில்ல குடிக்க காசு மட்டும் இருக்கு" என இன்னும் அதிகமாகவே திட்டிக் கோபத்தைத் தீர்த்துக் கொள்ள நினைத்தார். "யோ அதிகமா பேசாத போ... காசு நாளைக்கி வீடு தேடி வரும்" என்றான்.

குழந்தை ஓரமாகப் போய் வீட்டிற்குள் புகுந்து கொண்டது. மழை இன்னும் பலமாகப் பெய்து கொண்டிருந்தது. அவள் மனமோ 'ஐயோ இந்த ரெட்டியாரு நேரங் கெட்ட நேரத்துல வந்து தொலைச்சிட்டாரே. என்ன நடக்குமோ' எனத் துடித்தது. மனக்கலக்கத்தில் ரெட்டியாரிடம் கண் சாடை காட்டினாள். இதைக் கவனித்த ரெட்டியாருக்கு இன்னும் அதிக கோபம் வந்தது.

"புருஷனை ஒழுங்கா சம்பாதிச்சி போட வைக்கத் தெரியல, என்ன பாத்து சைகை காட்டுற" என்றான்.

அருகில் நின்ற கணவன், "எனக்கிட்ட பேசாம அவங்கிட்ட பேசிக்கிட்டு இருக்க, ஒனக்கும் அவனுக்கும் எவ்வளவு நாள் பழக்கம்" எனக் கேட்டதும் ரெட்டியார் அவனைத் தள்ளிவிட்டார். கணவன் பதிலுக்கு ரெட்டியாரைத் தள்ளிவிட, மாறிமாறிப் பிடித்து இழுத்துக் கையில் கிடைத்த இடமெல்லாம் பிராண்டி அடித்துக் கொண்டனர். வெளியில் மழை ஓய்ந்தபாடில்லை. இடையில் போய் மறித்த மனைவிக்கு இரண்டொரு அடி கிடைத்ததால், அவளும் விலகிக்கொண்டாள். அடிச்சி சாவுங்க எனச் சற்று விலகி நின்றாலும் மீண்டும் இருவரையும் விலக்கும் வேலையில் ஈடுபட்டாள். வீட்டிற்கு வெளியே சென்ற கணவனை ரெட்டியார் விரட்டினார். இருவரும் வீட்டைச் சுற்றி ஓட, மழை அவர்களைச் சுற்றி ஓடியது.

முட்களில் இருவரும் புரண்டு எழும்பினர். இதை அடுத்த வீட்டில் இருந்து கவனித்துக் கொண்டிருந்தான் பாவாடையன். அவனுக்குள் சந்தோஷம் தாங்க முடியாமல் ரேடியோவை

சத்தமாக வைத்துப் பாட்டுக் கேட்கத் துவங்கினான். இருவரும் வீட்டைச் சுற்றியே ஓடினார்கள். ரெட்டியாரின் வேட்டி செம்மண் நிறத்தில் மாறியிருந்தது. நீரில் மிதந்து செல்லும் அதைப் பொருட்படுத்தாமல் டவுசருடன் அவனுக்கு அடி கொடுப்பது ஒன்றே குறியாக இருந்தார். ரெட்டியாரின் வெறித்தனத்தைப் பார்த்த மனைவி அவளும் அருகில் கிடந்த குச்சியை எடுத்து ரெட்டியாரை அடிக்க, அதை அவர் கவனிக்கவேயில்லை. எப்படியோ இருவரும் ஓய்ந்து போக அவளும் தன் கணவனை வலுக்கட்டாயமாக இழுத்து வீட்டிற்குள் போட்டு அடைக்க முயற்சி செய்தாள்.

கர்ஜனை அடங்கிய மிருகமாக ரெட்டியார் மாறியிருந்தார். மழை அதன் நிதானத்தை இழக்கவேயில்லை. ஒரு வழியாக ரெட்டியார் வெளியேறியதும் கதவைச் சாத்தி மூச்சு வாங்கினாள். அரை மணிநேரம் கழித்து மழையின் சத்தம் ஓய்ந்தது. டெலிபோன்காரர்கள் வெட்டிய குழி நீரில் நிரம்பி ஓலையும் முட்குச்சியும் ஊறிக் கிடந்தன. இதனால் பள்ளம் இருப்பதே தெரியவில்லை. ரெட்டியார் ஈரத்துணியைப் பிழிந்து உதறி இடுப்பில் கட்டிக் கொண்டார். நிதானத்திற்கு வந்த பிறகு யோசித்தார். ‘இந்த உடையோடு எப்படி வீடு போய்ச் சேர்வது. பஸ்ஸில் ஏறினால் எல்லோரும் அசிங்கமாகப் பார்ப்பார்களே’ என நினைத்து ‘சரி சாலை முடிவில் ஒரு துணிக்கடை உண்டு. அங்கு போய் ஒரு வேட்டி சட்டை வாங்கிப் போட்டுக் கொள்ளலாம்’ என்று மனதைத் தேற்றிக் கொண்டார்.

சிறிது தூரம் நடந்த பிறகு செருப்பு சரியில்லையே என்று ரெட்டியாருக்குத் தோன்றியது. செருப்பை உற்றுக் கவனித்தார். இரண்டு கால்களிலும் வெவ்வேறு செருப்புகள். ரெண்டு நாட்களுக்கு முன் வாங்கிய புத்தம் புதிய தோல் செருப்பு எங்கே, விலையும் அதிகமாயிற்றே என அடித்துக்கொண்டு மறுபடியும் அச்செருப்பைத் தேடி வந்தார்.

இருட்டில் செருப்பு தேடிய சத்தம் கேட்டு வெளியே வந்தாள், அவ்வீட்டுப் பெண். ரெட்டியார் அடிக்க ஆள் சேர்த்து வந்து விட்டாரோ எனப் பயந்து போய் அவரின் செயலைக் கவனித்தாள். பின் அவர் ஒருகாலில் நொண்டி நடப்பதைப் பார்த்துப் புரிந்து கொண்டவள், வீட்டின் பின் பக்கம் விளக்கை ஒளிரவிட்டுத் தேடினாள். ரெட்டியாரின் மற்றொரு கால் செருப்பைக் கொடுத்தாள். செருப்பைப் போட்டுக் கொண்டவர்

முகத்தை இறுக்கமாக வைத்துக்கொண்டு, "இரண்டு நாளுக்குள் வீட்டைக் காலி பண்ணியாகணும், புரியுதா?" எனச் சொன்னார். அவருக்கு எந்தப் பதிலும் சொல்லாமல் வீட்டைச் சாத்தினாள். வெளியே அவர் பள்ளத்துத் தண்ணீரில் விழும் சத்தம் கேட்டது. வெளியே வந்து பார்க்காமல் முனங்கினாள். அதுக்குள்ளேயே கெடக்கட்டும். ரெட்டியார் குள்ளமான உருவமைப்பு உடையவர். எனவே கழுத்து வரை நீரில் மூழ்கினார். மேலே ஏற முடியாமல் முட்களும் ஓலையும் காலைப் பதம் பார்த்தன. வெளியேற முடியாமல் தத்தளித்தார். ஏற முயலும் போது மண் வழுக்கக் கால்கள் சேற்றில் புதைந்து கொண்டன.

வெகு நேரம் குழிக்குள் கிடந்தார். பாவாடையன் மனைவி வியாபாரம் முடித்து மழைக்காக ஒதுங்கி நின்று மழை விட்டதும் ரோட்டோரமாக நடந்து வந்து கொண்டிருந்தாள். தண்ணீரில் தத்தளிப்பது யார் எனத் தெரியாமல் கை கொடுத்துத் தூக்கிவிட்டாள். ரெட்டியாரைப் பார்த்த பாவாடையன் மனைவி என்ன ஏது என்று விசாரிக்க, அவர் சண்டை நடந்ததை அவளிடம் மறைத்து வாடகை வாங்க வந்தேன் பள்ளம் இருப்பது தெரியல்ல விழுந்துட்டேன் என்று அசமந்தமாகச் சொன்னார்.

ரேடியோ சத்தத்தில் மனைவி வந்ததை உள்ளிருக்கும் பாவாடையன் கவனிக்கவில்லை. அவள் பின்பக்கமாக வைத்திருந்த நீரை எடுத்துக் கொடுத்து ரெட்டியாரை குளிக்கச் சொன்னாள். செம்மண்ணை மட்டும் கழுவிட்டுக் கொஞ்ச தூரம் போய்த் துணி வாங்கிக்கொள்ளலாம் என்று பர்சைத் தேடினார் ரெட்டியார். ஆனால் பர்ஸ் காணவில்லை. கையில் செல்போனும் இல்லை, இரண்டும் அந்தக் குழிக்குள் விழுந்திருக்கலாம். காலையில் வந்து எடுத்துக் கொள்ளலாம், இனியும் அதற்குள் இறங்கி ஏற முடியாது என தன்னைச் சமாதானம் செய்தார்.

வீட்டிற்குள் நுழைந்தவள் அவனறியாமல் துணிகளை மறைத்து வெளியே எடுத்து வந்து கொடுத்தாள். கணவனின் வேட்டி சட்டையும் ஒரு துண்டும் கொடுத்து மறைவில் நின்று மாத்திச் செல்லும்படி கூறினாள். செம்மண் நிறத் துணி துவைத்தாலும் பழைய நிலைக்கு வருவது சிரமம். அதனால் அதனைச் சுருட்டி முட்புதருக்குள் எறிந்துவிட்டு வீட்டையும் விற்றுத் தொலைப்பது என முடிவுடன் நடந்தார்.

நனைந்த உடையை மாற்றி டீ போட அடுப்படிக்குச் சென்றவளைப் பாவாடையன் பின்தொடர்ந்து சென்றான். ரேடியோவின் சத்தத்தைக் குறைத்து அருகில் வந்து,

"பக்கத்து வீட்டுல இருந்து ரெட்டியார் வாங்கிக் கட்டிக்கொண்டு போறாரு" என்று சொன்னான்.

□

இரவுக்கு அம்மாவின் சாயல்

காணாமல் போனவர்களை ராஜாவூர் தாத்தா கண்டுபிடித்துத் தருவதாக சுஜியிடம் தோழி ஜெஸிகா சொன்னாள். ஊருக்குள் ராஜாவூர் தாத்தா வருகிறார் என்றவுடன் குழந்தைகளுக்கெல்லாம் ஏககுஷி. இதுவரையிலும் பார்த்திராத தாத்தாவைப் பார்ப்பதற்கு ஏழுவயது நிரம்பிய சுஜி ஆவலாக இருந்தாள். தாத்தா வரும்போது நிறைய ஆரஞ்சுமிட்டாய்களும் பலூன்களும் வாங்கி வருவார். அவர் வருவதை எதிர்பார்த்தபடியே வீட்டுத் திண்ணையில் சுஜியும் ஐந்து வயதான தங்கையும் காத்திருந்தார்கள். ராஜாவூர் தாத்தா பலமுறை ஊருக்குள் வந்துபோயிருக்கிறார் என்றாலும் சுஜியின் வீட்டுப் பக்கத்தில் வருவது இதுதான் முதல் முறை.

ஆறடி உயரம் கொண்ட பருத்த உடல்வாகு. இரண்டு துணிப்பைகள் தோளில் தொங்க, கையில் மற்றொரு பையை ஏந்திக்கொண்டு குச்சி ஊன்றியபடி அறுபது வயதைக் கடந்த முதியவர் ஒருவர் நடந்து வந்தார். அவரைச்சுற்றி சுஜியின் தோழிகள் மொய்த்த வண்ணம் இருந்தார்கள். எல்லோர் கையிலும் ஒன்றிரண்டு ஆரஞ்சுமிட்டாய்கள் இருந்தன. பெரிய வட்டமான கண்ணாடி போட்டிருந்தார். கண்ணாடிக்குள் இரண்டு வாத்து முட்டைகள் நீரில் மிதப்பதைப் போன்ற கண்கள். அழுக்கடைந்த ஆடை. மூக்குக் கண்ணாடியைக் காதோடு சேர்த்து நூல்வைத்துக் கட்டியிருந்தார். உருண்டையான கைவிரல்களும் பெரிய பாதமும் தளர்ந்த நடையுமாக சுஜி வீட்டு நீண்ட வராண்டாவில்

வந்து உட்காரந்தவர், சுற்றி நின்ற குழந்தைகளை அருகில் அணைத்துக் கொண்டார்.

அடுத்த வீட்டுப் பாட்டி நரங்கியபடியே வந்து தாத்தாவை நலன் விசாரித்துவிட்டு, ஒரு சொம்பு தண்ணீர் கொடுத்தாள். தாத்தா ஒருவாரம் இந்த ஊரில் இருப்பதாகச் சொன்னார். சுஜி அருகில் நெருங்கி வரப் பயந்து ஓரமாகத் தன் தங்கையின் கையைப் பிடித்த வண்ணம் நின்றிருந்தாள். அதைக் கவனித்த தாத்தா இருவருக்கும் ஆரஞ்சுமிட்டாய் கொடுத்தார். இதுவரையிலும் முகர்ந்திடாத வாசனையொன்று அவரிடமிருந்து வந்தது. அருகில் செல்லாமல் விலகியே நின்றாள். அடுத்த வீட்டுப் பாட்டி தாத்தாவோடு பேச்சுக் கொடுத்தாள்.

"வேலைக்குப் போன வீட்டாளுவ இன்னும் கொஞ்ச நேரத்துல வந்துரு வாங்க. திண்ணையில ஒரு ஒறக்கம் போடும். ராஜாவூர்ல இருந்து நடவண்டியில வந்துருப்பிய."

தாத்தா தலையை அசைத்தார். சுஜியையும் அவள் தங்கையையும் பார்த்துப் பாட்டியிடம் கேட்டார்,

"இதுக யாரு?"

"இதுகளா... பேரப்பிள்ள மாரிதான். அதுகளுக்க பாட்டி வயக்காட்டுக்கு வேலைக்குப் போயிருக்கா."

தாத்தா தன் பையிலிருந்த ஊதாநிறப் பலூன் ஒன்றை ஊதி அவள் தங்கையிடம் கொடுத்தார்.

சரியாகப் பிடிக்க முடியாமல் பலூன் பறந்து மூச்சிழந்து கிழே விழுந்தது. பலூனைத் துடைத்து, ஊதி, நூல் வைத்துக் கட்டி தங்கையின் கையில் கொடுத்தாள்.

தாத்தா கொண்டு வந்த பையிலிருந்து துணியை விரித்து, பையைத் தலையணையாக வைத்துச் சாய்ந்து படுத்தார்.

"எல்லாரும் போங்க. சாயங்காலம் ஆறுமணிக்கு வாங்க" எனப் பாட்டி சுற்றி நின்ற குழந்தைகளைத் துரத்தினாள்.

சுஜிக்கு அவள் தங்கையின் கையில் இருக்கும் ஆரஞ்சுமிட்டாயைத் தின்ன ஆசை. தங்கையிடம் இருந்து எதையாவது வாங்க வேண்டும் என்றால் ஒரு குறிப்பிட்ட தூரம் உன்னைத் தூக்கிச் சுமக்கிறேன் என்று சொன்னால் கொடுத்துவிடுவாள்.

சிறிது நேரம் மூச்சு இரைக்க தூக்கிச் சென்று மிட்டாயை வாங்கிக்கொண்டாள்.

அந்திக் கடைக்குப்போகும் பாட்டி சுஜிக்கும் அவள் தங்கைக்கும் பண்டம் வாங்கிக் கொண்டு வருவாள். சூடான மீன்குழம்பும் சோறும் கிடைக்கும். பாட்டி சமைக்கும் வரை நிலாவெளிச்சத்தில் விளையாடலாம். இரவில் வீட்டுத் திண்ணையில் கூடியிருந்து பேசுபவர்களின் கதைகளைக் கேட்க ஆவலாக இருப்பாள்.

நீங்காத சந்தோஷத்தைக் கொடுத்த இரவுக்கு அம்மாவின் சாயல்.

பாட்டி வேலைக்குச் செல்லும் பகல் நேரத்தில் அவளுக்குள் பசியும், தீரா வெம்மையோடுகூடிய தனிமைத் தாகமும் ஊற்றெடுத்தன. யாருமற்ற ஊரில் தனித்து விடப்பட்டோம் என்ற எண்ணம் அவளுக்குள் பயத்தை உண்டு பண்ணியது. அதனாலேயே எப்போதும் தங்கையைத் தன் கதகதப்பில் வைத்துக்கொள்வாள். பள்ளிக்குச் செல்லும்போது பலநாட்கள் தங்கையையும் அழைத்துச் செல்வாள். சுஜியின் ஆசிரியர் தங்கையை வகுப்பறைக்குள் வர அனுமதிக்காத நாட்களில் பள்ளிக்கூட வராண்டாவில் அவளை அமர்ந்திருக்கச் செய்வாள். அவளுக்காகவே பள்ளி செல்லாத பலநாட்கள் உண்டு. ஊரே அமைதியாக இருக்கும்போது, முட்டையிட்டு கத்தும் பெட்டைக் கோழிகளின் சத்தம் எங்கிருந்தோ கேட்கும், தனிமையின் அவஸ்தையை அவை மேலும் கூட்டின. நரங்கி நடக்கும் கிழவியின் வெற்றிலை உழக்கு சத்தமே ஊருக்கு உயிர் இருக்கிறது என்ற ஆறுதலைக் கொடுத்தது.

விடுமுறை நாட்களில் ஜெஸிகா வீட்டில் ஒன்றுகூடி விளையாடுவார்கள். வீட்டைச் சுற்றி மரங்கள் காணப்படுவதால் அவர்கள் விளையாட இதமான சூழல் இருந்தது. கஞ்சியும் கறியும் சமைப்பதுபோல் பாவனை செய்வதுதான் விளையாட்டு. சமையல் செய்து சுஜி எல்லோருக்கும் பரிமாறுவாள்.

மதியம் எல்லோரும் அவரவர் வீட்டுக்குப் போய்விடுவர். சுஜியும் அவள் தங்கையும், சமைத்த மண் சோற்றையும், கறியாக மாறிய இலை தழைகளையும் பார்த்தவாறு அங்கேயே வெகுநேரம் உட்கார்ந்திருப்பார்கள்.

ஜெஸிகாவிற்கு இரண்டு மூத்த சகோதரிகள் உண்டு. வீட்டில் உண்மையாகவே சமையல் செய்யக்கூடியவர்கள். அவர்கள்

இவர்களோடு விளையாட வருவதில்லை. ஜெஸிகா வீட்டின் மீன்குழம்பு வாசனை சுஜியின் நாசிக்குள் புகுந்து ஏங்க வைக்கும்.

காக்கை, கோழிகளை அவளுக்குப் பிடிப்பதில்லை. ஆளில்லாத பகல்பொழுதுகளில் தங்கை ஆய் இருக்கும்போது சத்தமாக சுஜி அழுதுவிடுவதுண்டு. தங்கை ஆய் இருக்கும்போது வெளியே தள்ளிக்கொண்டு ரத்தம் சொட்டும் மூலத்தை என்ன செய்வதென்று அறியாமல் திகைத்து நிற்பாள். வெளியில் தள்ளிக் கொண்டிருக்கும் மூலத்தைக் கவனியாத நேரம் கோழிகள் கொத்திவிடும். சிலநேரங்களில் காக்கை துரத்திக் கொத்தும். அப்போது கால்வழியே இரத்தமும் மலமும் பாயும்.

அருகில் நிற்கும் பூவரசன் இலையை எடுத்து கைபடாமல் உள்ளே அமுக்கிவிட்டால் சரியாகிவிடும் என்று பாட்டி சொல்லிக் கொடுத்திருந்தாள். சில நேரங்களில் பூவரசன் இலை கிடைக்கவில்லை என்றால் வாழையிலை எடுத்து தள்ளிவிடச் சொல்லுவாள் பாட்டி. கோபத்தில் காக்கை கோழிகள் மீது கல்லெடுத்து எறிவாள். தங்கையின் நிலையைப் பார்த்து வழிப்போக்கர்களாகப் போகும் சில பெண்கள் அவள் தாயைத் திட்டுவதுண்டு.

"கல் நெஞ்சக்காரி பிஞ்சுப் பிள்ளையள தள்ளிட்டா போவா, என்ன மனசு வந்துச்சோ!"

மெழுகுவர்த்தி ஏற்றி வைத்து, கண்களைமூடி பாசிமாலையை உருட்டியபடியே முணுமுணுத்தார் தாத்தா. அக்கம் பக்கத்து வீடுகளிலுள்ள பெண்களும் வயதானவர்களும் அவரிடம் ஆசி வாங்கிவிட்டு, தேங்காய் எண்ணெய் மற்றும் தண்ணீர் கொண்டுவந்து ஜெபித்து வாங்கிச் சென்றார்கள். சிலரது நோய்களைப் பற்றியும் பேய்களைப் பற்றியும் சொல்வார்.

சுஜி மெதுவாகக் கேட்டாள். "தாத்தா இந்த மாலையில் காணாமல் போன எங்க அம்மாவைக் கண்டுபிடிச்சித் தருவீங்களா" அவள் தலையில் கை வைத்து முணுமுணுத்துச் சொன்னார்.

"உங்க அம்மா வரணும்னா அன்னா வானத்துல தெரியுதுல்லா நிலா, அது முழுசா தெரியும்போது கேளு அதுதான் ஊரையெல்லாம் சுத்தி வருது. கண்டிப்பா கண்டுபிடிச்சிரும்."

அவளும் வானத்தை நோக்கினாள். நிலா முழுமையாக இல்லை.

“முழு நிலா எப்ப தெரியும், தாத்தா?”

“இன்னும் கொஞ்ச நாள்ல தெரிஞ்சிரும் நீ தெனைக்கும் வானத்த பாரு. ஆனா நீ அதோடு தனியாத்தான் பேசணும்.”

மறுநாள் தாத்தா ராஜாவூர் போய்விட்டார். அவர் போனபிறகும் அவளுக்குப் பிடிக்காத அந்த மணம் திண்ணையெங்கும் நிரம்பியிருந்தது. பலநாட்கள் முழுநிலவும் மேகமும் மறைந்து விளையாடியபடியே இருந்தன. தாத்தா சொன்ன பிறகு முழுநிலவு அவளுக்குள் நம்பிக்கையைக் கொடுத்தது. முதல் முறை நிலவைப் பார்த்து அவளால் அழமட்டுமே முடிந்தது. நிலவும் அவளும் நெருக்கம் கொண்டார்கள். அம்மாவைக் காண, அவளுக்குள் ஆவலைத் தூண்டின.

எப்போதாவது வரும் அப்பாவை அம்மாவிடம் கூட்டிச் செல்லும்படியாகக் கேட்பாள். அதைக் காதில் வாங்கிக் கொள்ளாமல்போகும், “அப்பாவையும் காணாமல் போக வை” என்று நிலவிடம் அப்போது மன்றாடுவதுண்டு.

அப்பா அவளைக் குளத்துக்குக் குளிக்க கூட்டிச்செல்வார். அவர் அழைத்துச் செல்லும்நேரம், மதியமும் அல்லாத மாலையும் அல்லாத இரண்டும் சந்திக்கும் சமயம் அந்நேரம் கைலிமீன்களைப் பார்ப்பது அவளுக்குப் பிடிக்கும். குளிக்கச் செல்லும்போதே ஒருபிடிச் சோற்றுப் பருக்கையை எடுத்துச் செல்வாள். ஒவ்வொரு பருக்கைக்கும் சண்டையிடும் கைலிமீன்கள் வெள்ளியைப்போல் பளபளத்து மினுங்கிக் கொண்டிருக்கும். ஆள்காட்டிவிரல் அளவே வளரக்கூடிய கைலிமீன்கள் யாருக்கும் பயப்படாமல் தன் இஷ்டத்துக்குக் கும்மாளமிடும். வாய் பிளந்து நீர் குடிக்கும். சுலபமாகப் பிடிபடும்.

சோற்றுப் பருக்கைகள் காலியானதும் எச்சில் துப்பி விளையாடுவாள். வீடு திரும்பும் நேரம் அப்பாவின் கைகளைப் பற்றி, “ஒரே ஒருதடவ அம்மாவ பாக்கணும்” எனக் கெஞ்சுவாள். அவரும், “சரி நாளைக்குக் கூட்டிட்டுப் போறேன்” என்பார்.

அன்றிரவு பிறை நிலவிடம் ரகசியமாகச் சொன்னாள், “பாத்துக்கிட்டு வந்து உங்கிட்ட சொல்லுவேன். “அம்மாவை வீட்டுக்குக் கூட்டிக்கிட்டு வருவேன்” என்று தங்கையிடம் சொன்னாள். “அப்போ நாம நல்லா சாப்பிடலாம். ஒன்ன கோழி காக்கா கொத்தாது. தலைவாரி பின்னிவிடுவாங்க.

ஒனக்கு ஜட்டி வாங்கித் தருவாங்க. எப்பவும் ஒன்னத் தூக்கி இடுப்புல வச்சுக்குவாங்க. முதல்ல நா மட்டும் போய்ப் பாத்துட்டு வாரேன்." இடுப்புல வச்சிக்கு வாங்க என்றதும் எதையோ புதிதாகக் கேட்பதைப்போல் அக்காவைப் பார்த்தாள்.

பாட்டி சலித்துக்கொண்டே, "உங்கொப்பன் ஒரு ஏமாத்துக்காரப் பய. ஆமா இப்ப ஒடனே அடிச்சிப் புடிச்சி ஓடிவந்துருவா கல் நெஞ்சுக்காரி."

பாட்டியின் வசவுகளைக் காதில் வாங்காமல் வீட்டின் மூலையில் பாயைச் சுருட்டி அதனுள் பதுங்கிக் கொண்டே, அம்மாவைப் பார்த்ததும் எப்படி கூப்பிட வேண்டும் எனப் பயிற்சி எடுத்தாள். மெதுவாக, "அம்மா..." அதற்கு மேல் அந்த வார்த்தையில் உயிர் இல்லாமல் இருந்தது.

தோழிகள் எல்லோரிடமும், "நா எங்க அம்மாவ பாக்கப் போறேன்" என்றாள். அவள் அம்மாவைப் பார்க்க அவர்களும் ஆவலாகத் தான் இருந்தார்கள்.

அப்பா அவளை சைக்கிளில் உட்காரவைத்து ஆற்றங்கரை வழியாகச் சென்றார். சைக்கிளின் முன் பையொன்றில் இரண்டு தேங்காய், கீரை, மீன் மற்றும் வாழைப் பழங்கள் இருந்தன. அவள் இதுவரையிலும் சாப்பிட்டிராத ஏத்தன் வாழைப்பழம். கொஞ்ச தூரம் சென்றதும் இருவரும் இறங்கி நடந்தார்கள். வழியெங்கும் புன்னை மரப்பூக்களும், இளம் காய்களுமாக மரக்கிளைகளில் தொங்கின. ஒவ்வொரு மரத்தையும் எண்ணி எண்ணிக் கைகளைக் காற்றில் அகல விரித்து நடந்தாள்.

செம்மண்தரை மழையில் சிறிது நனைந்திருந்தது. ஆற்றங்கரையில் உள்ள பல செம்மண் குடிசைகள் இடிந்து கிடந்தன. சில குடிசைகளில் தோள்பை மற்றும் பழைய இத்துப்போன குடை, துணிகள், கரையான் பிடித்துத் தொங்கிக்கொண்டிருந்தன. குடிசைகளுக்கு உள்ளும் புறமும் காட்டுச் செடிகள் வளர்ந்து அழகாகப் பூத்திருந்தன. பல வண்ணத்துப் பூச்சிகள் பறந்த வண்ணம் இருந்தன. ஆற்றின் கரையோரம் விழுந்து கிடக்கும் புன்னக்காய்களைப் பாவடையில் சேகரித்தபடி நடந்தாள். ஆற்றில் வெள்ளம் இல்லை. மழைநீர் மட்டும் ஆங்காங்கே தேங்கி நின்றது. புன்னைக்காய்களை வரும்போது எடுத்துக் கொள்ளலாமென்று மறைவிடம் பார்த்துப் பதுக்கி வைத்தாள்.

அப்பா சைக்கிளை ஓரமாக நிறுத்தி, ஆற்றையொட்டிய திருப்பு வந்ததும் ஓட்டு வீட்டிற்குள் நுழைந்தார். தயங்கியவளாகச் சுற்றும் முற்றும் பார்த்து திண்ணையில் கால்வைக்க, உள்ளே இருந்து வெளுத்த தேகம் கொண்ட ஒல்லியான பெண் வெளியில் வந்தாள்.

ஒல்லியான பெண் சுஜியை அணைத்தபோது. நிரப்ப முடியாத இடைவெளி இருந்தது. “அம்மாவ பாக்கணும்னு சொன்னா, அதான் அழைச்சிட்டு வந்தேன்” என அந்தப் பெண்ணிடம் சொன்னார். வீட்டை ஒருமுறை சுற்றிப் பார்த்துவிட்டு வெளியே வந்தாள் சுஜி. வீட்டில் விதவிதமான சமையல் நடந்தது. அந்தப் பெண் சுஜிக்குக் கொலுசு வாங்கித் தருவதாகச் சொன்னாள். வெளியில் நின்ற சுஜியை அழைத்துப் பக்கத்து வீட்டு வயதான பெண் ரகசியமாகச் சொன்னாள்.

“ஏட்டி இது ஒனக்க அம்ம கெடையாது கொப்பனுக்க கூத்தியா.”

“அப்டின்னா.”

“மயிரு வந்த வழியே வீடுபோய்ச் சேருட்டி. கொப்பன் ஒன்ன ஏமாத்திக் கூட்டி வந்திருக்கான்.” பாட்டி அப்பாவைப் பற்றிச் சொல்லியதை நினைத்துப் பார்த்து, எதுவும் சொல்லிக் கொள்ளாமல் வந்த வழியே திரும்பி நடந்தாள். பாதி வழி சென்றதும்,அணை திறந்து ஆற்றில் தண்ணீர் பெருக்கெடுத்து வந்துகொண்டிருந்தது. ஓடும் ஆற்றை நின்று கவனித்தாள். தலை சுற்றுவதுபோல் இருந்தது. புதுவெள்ளத்தில் குப்பைக் கூழங்களும் கசடுகளும் சவாரி செய்தன. மெதுவாக நடந்தவள், மறைத்து வைத்திருந்த புன்னக்காய்களை எடுத்து ஆற்றில் ஒவ்வொன்றாக வீசி எறிய அவை மிதந்து செல்லுவதைப் பார்த்தே நடந்தாள்.

ஆற்றை ஒட்டி இரண்டு சாலைகள் பிரிந்தன. எதுவழியாகப் போகவேண்டுமெனக் குழம்பியபின், இடதுபுற சாலையில் சென்று மெயின் ரோட்டைக் கடந்து ஊர் வந்தடைந்தாள்.

அன்று பாட்டி வேலைக்குச் செல்லவில்லை. தங்கை தூங்கிக் கொண்டிருந்தாள். நடந்தவற்றைச் சொன்னதும், பாட்டி திட்டித் தீர்த்தாள். “அவனுக்க எளவுதான் தெரிஞ்சதாச்சே பச்சப் புள்ளைய தனியா விட்டுருக்கான் வரட்டும்” என உறுமினாள்.

தங்கையின் அருகிலேயே அவளும் படுத்து உறங்க, சில மணிநேரம் கழித்து வந்த மகனோடு சண்டையிட்டாள் பாட்டி. சிறிதுநேர மௌனத்திற்குப் பிறகு,

"ஆத்துல அண தெறந்துவிட்டுருக்கானுவ பயந்துட்டேன்" என்றார்.

சுஜியை எழுப்பி உட்காரவைத்து, "கண்டிப்பா நாளைக்குச் சாயங்காலம் அவள பாக்க போலாம்" என்றார். சுஜிக்கு மீண்டும் உற்சாகம் தொற்றிக்கொண்டது. அப்பாவின் மீதுள்ள கோபம் சற்றுத் தணிந்தது. எங்கும் செல்லாமல் வீட்டிலேயே இருந்தாள்.

மறுநாள் சாயங்காலம் அவளை அழைத்துச் சென்றார். மாலைநேரம் மழைமேகம் சூழ காற்றும் வலுத்து வீசிக் கொண்டிருந்தது. பஸ் நாகர்கோவில் பேருந்து நிறுத்தத்தை வந்தடைந்தது. கடைகளில் வண்ண விளக்குகளின் அலங்காரம். புதிய நகரம் ஒன்றைக் கண்டுபிடித்தவளாக வியந்தாள்.

அவள் கைகளைப் பிடித்துக்கொண்டு அப்பா நடந்தார். எங்கிருந்தோ வந்த பருப்புவடையின் வாசனை ஆங்கில டீச்சரை நியாபகப்படுத்தியது. கடைகளை வேடிக்கைப் பார்த்த வண்ணம், அருகிலிருந்த ஒரு பெரிய ஹோட்டலுக்கு அழைத்துச் சென்றார். ஒருசில இருக்கைகளே காலியாக இருந்தன. இரண்டு பருப்புவடையும் இரண்டு சாயாவும் கேட்டார். சற்று நேரத்தில் வடை வந்தது. வடையை பேப்பரில் வைத்துக் கொடுத்தனர். அவள் அந்தப் பேப்பரை கீழேபோட்டுவிட்டு வெறும் கையில் வடையைக் கமத்தி உற்று கவனித்தாள்.

வடை சீக்கிரம் காலியாகக் கூடாதே என்ற ஏக்கமும் கூடவே வந்தது. மறுகையில் வடையை மாற்றிப் பிடித்துக் கையை மோப்பம் பிடிப்பதை அப்பா கவனித்தார். சாப்பிட்டுக்கொண்டே இருந்தபோது ஒரு துண்டு வடை கீழே விழுந்தது. அந்தச் சிறுதுண்டைச் சட்டெனக் குனிந்து எடுக்க, அப்பா கையைத் தட்டிவிட்டு எடுக்கக்கூடாது என மிரட்டினார். கீழ் விழுந்த வடைத் துண்டையே அவள் கண்கள் மோப்பம் பிடித்தன. அதைக் கவனித்த அப்பா, "இன்னொரு வடை வேணுமா" என்றார்.

அவள் தலையசைத்ததை அவர் கண்டுகொள்ளவில்லை. "போகும்போது வாங்கிக்கலாம் வா" என்று அவராகவே

சொன்னார். சாயா குடித்துக் கிளம்பும்போது அவர் பார்க்காத நேரம் அந்த ஒருதுண்டு வடையைக் கையில் எடுத்து மறைத்து வைத்தாள். இரண்டு குறுக்குச் சாலையைக் கடந்து ஒரு பெரிய கட்டடம். அதன் வாசலில் பல வாகனங்கள் இருந்தன.

மருத்துவமனை எனப் பெரிய எழுதுப்பலகை ஒன்று மாட்டியிருந்தது. வெள்ளுடைதரித்த பெண்கள் பரபரப்பாக இயங்கிக் கொண்டிருந்தார்கள்.

சுஜியைக் காத்திருப்பு அறையில் உட்காரவைத்துவிட்டு ஒரு பெண்ணிடம் அம்மாவின் பெயரைச் சொல்லிக் கேட்டார்.

"ஓ கொஞ்சநேரம் உட்காருங்க."

சிறிதுநேரம் கழித்து வந்த பெண், "அவங்க மாடியில இருக்காங்க. இப்போ வந்துருவாங்க" எனச் சொல்லி மறைந்தாள்.

எல்லோரும் ஒரே உடைதரித்தவர்களாக இருப்பதால் எல்லோரின் முகமும் ஒன்றுபோல இருப்பதாகவே சுஜிக்குத் தோன்றியது. காத்திருப்பு அறையில் சற்றுப் பெரிய, அழகிய மீன்தொட்டி வைக்கப்பட்டிருந்தது. பாட்டி உலை வைக்கும்போது பானை குமிழிவிடுவதைப்போல் இருந்தது. மீன்கள் பலநிற ஆடை உடுத்தி ஒய்யாரமாய்வலம் வந்தன.

சுஜி மீன்களைக் கண்டதும் வந்த வேலை மறந்து அதிலேயே மூழ்கினாள். யாரையும் கவனிப்பதாக இல்லை. கைலிமீன்கள் மேல் வந்து சட்டென நீரின் அடியில் சென்றுவிடும். இந்த மீன்களோ தனது அழகான ஆடையை நீரில் அலசிச் சமாதானமாக நீந்துகின்றன. பல நிறங்களில் நீந்தும் மீன்களைக் கைகளால் பிடிக்க முயற்சி செய்தாள். ஒருபெண் ஓடிவந்து மீன் தொட்டியில், "கை வைக்காமல் பாரு" என்று அதட்டினாள். இன்னொரு பெண், "இந்த புள்ள யாரு சிஸ்டர்?" எனக் கேட்டாள். அருகில் வந்த அப்பா அவள் கைகளைப் பிடித்து இழுத்து, "இங்க நில்லு. அவ இப்ப வந்துருவா பாக்க வேண்டாமா?" எனக் கண்களை உருட்டினார்.

வெள்ளுடை தரித்த ஒருத்தி நீண்ட வராண்டாவில் தூரமாக வருவதைப் பார்த்து, "அன்னா வாறால்ல அவதான் உங்க அம்மா" என்றார். அருகில் வந்ததும் சுஜி அம்மாவின் முகத்தைப் பார்க்காமல் பாதத்திலிருந்தே கவனிக்கத் துவங்கினாள். அதற்குள் அம்மா சத்தமாகத் திட்ட ஆரம்பித்தாள்.

"ஏ ராஸ்கல், ஒன்ன இங்க யாரு வரச் சொன்னா? போயிரு நிக்காத!"

"என்ன எதுக்கு பாக்க வந்த?"

சுஜியின் கைகளைப் பிடித்தபடி அமைதியாக நின்றார்.

"ஓ ஒனக்க பிள்ளையக் கூட்டிக்கிட்டு வந்து படம் காட்டுறியா?"

"வேல நேரத்துல, ஆளுகள பைத்தியமாக்காத போ" எனக் கத்தவும் இரண்டு தாதிகள் வந்து, "ஐயோ பாவம் சிஸ்டர் அந்தப் பிள்ளைய பாருங்க" எனச் சமாதானம் சொன்னார்கள்.

காத்திருப்பு அறையில் இருந்து நோட்டு ஒன்றை எடுத்துக் கையெழுத்துப் போட்டுவிட்டு சுஜியைத் திரும்பிப் பார்க்காமல் சென்றாள்.

சுஜி அப்பாவின் கைப்பிடியில் இருந்து நைசாக நழுவி ஓடிச்சென்று மீன்தொட்டிக்குள் கையைவிட்டு ஒழித்து வைத்திருந்த வடைத்துண்டை போட்டாள். வடைத்துண்டு மிதந்து அடியில் போகும்போது மீன்கள் கொத்த வருவதைத் திரும்பித் திரும்பி பார்த்தபடி மருத்துவமனையைவிட்டு வெளியேறினாள். வீடு வந்து சேர்ந்த சுஜியிடம் ஜெஸிகா சொன்னாள். ராஜாவூர் தாத்தா வந்திருக்கிறார்.

- அம்ருதா, அக்டோபர் 2023

தென்னம்பஞ்சு

திருமணம் முடிந்து ஐந்து மாதங்கள் ஆனபிறகும் கல்யாண ஆல்பம் கிடைக்கவில்லை. தருவதாகச் சொல்லி ஒவ்வொரு மாதமும் கடத்திக் கொண்டே போன ஸ்டுடியோக்காரரை திட்டியபடியே சமைத்துக் கொண்டிருந்தாள்.

"இன்னைக்காவது ஸ்டுடியோ போய் என்ன ஏதுன்னு கேளுங்க. பணமும் குடுத்தாச்சி."

'சரி' எனத் தலையசைத்தவாறே குளிப்பதற்காகச் சென்றான் கணவன்.

வேகவேகமாகத் தெரிந்ததைப்போல் சமையலை முடித்து, இரண்டு பைகளில் மதியச் சாப்பாட்டை எடுத்து வைத்துக் காலை உணவை மேசையில் மூடி வைத்தாள்.

குளியலறையிலிருந்து வெளியில் வந்த கணவனைப் பார்த்து, "என் தோழி ஒருத்தியோட திருமண ஆல்பம் இப்படித்தான் கம்பியூட்டரில் சேமித்து வைத்த ஃபைல் டெலிட் ஆகிவிட்டதாக ஸ்டுடியோகாரன் சொல்லியிருக்கான். நல்லவேளை இந்த ஸ்டுடியோகாரன் இல்ல. புகைப்படம் எவ்வளவு அழகான விஷயம்."

சாப்பிட்டு முடித்த கணவன், "எதுக்குத் தேவையில்லாம கற்பனை பண்ணிக்கிற? தருவான்."

வேலைக்குக் கிளம்பும்போதே செல்போனில் அழைத்தான்.

எதிர் முனையில் ஸ்டுடியோக்காரர்,

"ரெடியாடிச்சி சார். சாயங்காலம் வாங்க. சாரி சார் நானே உங்ககிட்ட சொல்ல நினைத்தேன். வந்திருங்க" என அழைப்பைத் துண்டித்தான். உற்சாகம் கொள்ள கணவனைப் பார்த்துச் சிரித்துக்கொண்டாள். அவளும் கிளம்பித் தான் வேலை பார்க்கும் பைனான்ஸில் விட்டுவிடச் சொன்னாள். பைனான்ஸில் அவசரமாக வந்து நிற்கும் வாடிக்கையாளர்களின் நகைகளை மீட்டுக்கொடுப்பதும் அடகு வைப்பதுமாக வேலை துரிதமாக நடந்தது. மதிய இடைவேளையில் ஆல்பம் மறக்காம வாங்கி வருமாறு ஒரு குறுஞ்செய்தி அனுப்பினாள்.

வேலை முடித்து கணவனுக்கு முன்னே வீடு வந்து சேர்ந்தாள். வீட்டைத் திறந்ததும், காலையில் தான் பூசியபவுடரும் வாசனை திரவியத்தின் மணமும் வெளியேறியது. அலங்கோலமாகக் கிடந்த சமையலறையில் சமைத்த உணவின் வாசனை. ஜன்னலை திறந்துவிட்டு சோபாவில் வந்தமர்ந்த வாக்கில் இன்னும் அரைமணி நேரத்தில் ஆல்பத்தை கொண்டு வந்துவிடுவார் என்று நினைத்தாள். காபி கலந்து குடித்து மெதுவாக வீட்டைச் சுத்தப்படுத்த, நேரம்போனதே தெரியவில்லை. வெளியில் வானம் இருட்டியிருந்தது. கடிகாரத்தைப் பார்த்தபோது இரண்டு மணிநேரம் ஆயிற்று. இவ்வளவுநேரம் ஆகியும் காணாததால் செல்போனில் அழைத்தாள்.

மறுமுனையில் வந்துகொண்டிருப்பதாகச் சொன்னான். வண்டிச் சத்தம் கேட்டு வெளியே வந்து ஆல்பம் எங்கே எனப் பரபரப்பாகக் கேட்பதற்குள், இதோ என எடுத்துக் காட்டினான்.

இரண்டு பேரும் பார்க்கலாம் எனப் படுக்கையறையில் வைத்துவிட்டு இருவரும் சேர்ந்தே சமையல் செய்தார்கள்.

புது சினிமா பார்க்கப் போவதைப்போல் பரவசமாக இருந்தது அவளுக்கு. படுக்கையறையில் மறைந்திருந்த இரவுப்பூச்சியொன்று இரைச்சலெழுப்பிக் கொண்டே இருந்தது. எங்கு தேடியும் கிடைக்காத கோபத்தில் கையைக் கதவில் தட்டி ஓசையெழுப்பும்போது பூச்சி அமைதியாகியது. ஆனால் மீண்டும் சத்தம் வர, "தோப்புக்குள்ள தனியா வீடுகட்டினா இப்படித்தான் வித்தியாசமா சத்தம் வரும்" என்றாள்.

"வீடு கட்டினாத்தானே, உங்க அம்மா ஒன்ன கட்டிதாறதா சொன்னாங்க."

“பின்ன இல்லியாக்கும். அதனாலத்தான் ரெண்டுபேரும் வேலைக்கிப் போய் வீட்டுக் கடனை அடைக்க வேண்டிய இடத்துல இருக்கோம்.”

இருவரும் கட்டிலில் உட்கார்ந்து ஆல்பத்தை பிரித்து ஒவ்வொரு பக்கமாகப் புரட்டியபோது தோளில் சாய்ந்திருக்கும் புகைப்படத்தைப் பார்த்து, “இப்படிச் சாய்ந்திருக்க பதினைந்து வருஷம் காதலிக்க வேண்டியுள்ளது.”

ஆல்பத்தின் ஒவ்வொரு பக்கத்திலும் நினைவுகளைத் தடவி, ஒவ்வொரு புகைப்படமும் அழகாக இருப்பதைச் சுட்டிக் காட்டினாள். பேச்சின்றி கணவனின் முகம் சோர்வடைவதைக் கவனிக்க,

“ஏன் என்ன ஆச்சி?”

சிறிதுநேர மௌனத்திற்குப் பிறகு,

“இவ்வளவு பெரிய ஆல்பம்!”

“எத்தனை விதவிதமான போட்டோக்கள். கண்ணு முன்னால இருக்கு.”

“அன்னைக்குச் சின்னவயசு பள்ளிக்கூட போட்டோவ அஞ்சி ரூபா கொடுத்து வாங்க முடியாத நிலை இருந்துச்சு. ஒண்ணாவதுல இருந்து ஐந்தாவது வரை கன்னியாஸ்திரிகள் நடத்தும் மடத்துப் பள்ளிக்கூடத்துல படிச்சேன். ஒவ்வொரு வருஷமும் எடுக்கும் போட்டோவுக்கு முதல் ஆளா போய் நிப்பேன். உயரமா இருக்குறதால பின்னால நிக்கவச்சிருவாங்க. ஒன்னாவதுல எடுத்த போட்டோவ வாங்க எவ்வளவு அழ முடியுமோ அவ்வளவுதூரம் அழுதேன். வீட்டுல அடிதான் கிடச்சது. அப்பா இல்லாத எங்க ஆறுபேரை வளக்க அம்மா வீட்டு வேலைகளுக்குப் போவாங்க. சாப்பாடு கிடைப்பதே கஷ்டம். இதுல எங்க எனக்குப் போட்டோ வாங்க காசு தருவாங்க, என்ற புரிதல் இல்லாத வயசு. ஆனாலும் அம்மா என்ன சமாதானப்படுத்தினாங்க. ஏன்ன நான் கடைக்குட்டி ஆனதால அம்மாக்கு என் மேல பாசம் அதிகம். ரெண்டாம் வகுப்புல எடுக்கும் போட்டோவ வாங்கலாம்னு” சமாதானப்படுத்தினாள்.

“ஓ இவ்வளவு கத இருக்கா லவ் பண்ணும்போது இதெல்லாம் எங்கிட்ட சொல்லல.”

“தோனல.”

நெருங்கி வந்து ஆறுதலாகக் கைகளைப் பற்றிக் கொண்டாள்.

“சரி சொல்லுங்க.”

“இரண்டாம் வகுப்பில் எடுத்த போட்டோ வாங்க பெரியப்பா வீட்டுக்குப் போனேன். வசதியாக இருந்த பெரியப்பா, எப்போதாவது ஒருசில உதவிகள் செய்து தருவார். ரெண்டு நாளா பொறவு தாறேன்னு” சொல்லி அனுப்பிட்டார். நானும் ரெண்டுநாள் கழிச்சிப் போனேன். அப்போ சொன்னாரு,

“இந்த அஞ்சி ரூபா உண்டுண்ண கொம்ம ஒருநாளத்த பாடு கழிப்பால.” என்ன மூடுல இருந்தாரோ தெரியாது. “கெடக்கியது கீழண்ணாலும் கனவு காணுவது மேல” அப்படின்னு திட்டிட்டார். நாளைக்குப் போட்டோ வாங்க ரூபா கொண்டுவருவேன்னு கூட்டுக்காரனுக்கிட்ட சொன்னத நினைச்சேன். வீடு வரும் வழியெல்லாம் கீழே பாத்துக்கிட்டே வந்தேன். எங்கையாவது அஞ்சு ரூபா யாராவது தொலைத்திருந்தால் கிடைக்காதான்னு.

மூனாவதுல எடுத்த போட்டோவ வாங்க அம்மாகிட்ட ரூபா கேட்டேன். அப்போ ஒரு போட்டோ எட்டு ரூபாயாக இருந்துச்சு. அம்மா திட்டிட்டாங்க. இரண்டு நாளுக்கு முன்னாடிதான் முகம் பாக்கும் கண்ணாடிய ஒடச்சிட்டேன். சன்னல் பக்கமா வச்சி பாத்தேன். காத்து வந்து தட்டிவிட்டுச்சு. அம்மா கண்ணாடிய காரணம் காட்டிப் பணம் தரல. அதுல சரியா முகமே தெரியாது. அதுக்கப்புறம் எங்க வீட்டுல ரெண்டு வருஷம் கண்ணாடியே வாங்கல.

மறு வருஷம் எப்படியாவது நாமே காசு சேத்து நாலாம் வகுப்பு போட்டாவையாவது வாங்கிடணும்னு முடிவு பண்ணி ஆரம்பத்திலேயே காசு சேமிக்க ஆரம்பிச்சேன். வீட்டுக்கு வரும் சொந்தக்காரங்க எனக்கு மிட்டாய் வாங்க தரும் பைசா, வீட்டில் நின்ற சீமநெல்லிக்கா பறித்து அதில் உப்புசேர்த்து ஊறவைத்து பள்ளிக்கூடத்துல கொண்டுபோய் வித்து அதுல கிடைக்கும் காசு இருபத்தைந்துபைசா, ஐம்பதுபைசா எனச் சேமிக்க ஆரம்பித்தேன். இப்படியே பத்துரூபா சேத்தேன்.

குரூப் போட்டோ எடுக்க எல்லாரும் முழுக்கால் சட்டை போட்டுக்கிட்டு வரணும்னு சிஸ்டர் சொன்னாங்க. என்கிட்ட ரெண்டு அரைக்கால் சட்டைதான் இருந்தது. அதனால

அண்ணனுக்க முழுகால் சட்டையை அவனுக்குத் தெரியாமல் எடுத்துப் போட்டுப் பாத்தேன். பெரிசா இருந்ததால இடுப்புக்கு ஊக்குவச்சேன். கால்களை மடக்கிவிட்டுப் பாத்தேன் சரியாகல. ஒடனே அக்கா பீடி இலை வெட்டவச்சிருந்த கத்திரிக்கோலால் என் அளவுக்குச் சரியா வெட்டிபோட்டுக்கிட்டேன். பக்கத்து மாமி வீட்டுலபோய் கண்ணாடி பாத்துக்கிட்டேன். அவங்க வீட்டுக் கண்ணாடி என்ன பெரியவனா காட்டுச்சு.

கால்சட்டையைப் பார்த்து அண்ணன் கோபத்தில் அழுது புரண்டான். அம்மா வந்ததும் சொல்லிக் கொடுப்பேன்னு சொன்னான். அவனைச் சரிபண்ண வழிதெரியாம முழிச்சேன். சேர்த்து வச்சிருந்த பத்து ரூபாயை எடுத்துக்கிட்டு, அம்மா வந்ததும் சொல்லியும் கொடுத்தான். அடி கிடைச்சதுதான் மிச்சம். பன்னிரண்டாவது படிக்கும்போதும் சரி, டிப்ளமோ படிக்கும்போதும் சரி, குரூப் போட்டோக்களுக்கு நிக்கமாட்டேன்.

நீண்டநேரம் அறை அமைதியாக இருந்தது. அந்த அமைதி மேலும் துக்கத்தைக் கொண்டு வருவதாக இருக்க, அதைக் கலைக்க கணவனை மேலும் நெருங்கி வந்து சிரித்தபடியே உலுக்கி விட்டாள். சரி விடுங்க, என அணைத்தபடி கட்டிலில் சாய்க்க, அந்த அணைப்பிற்குள் அடங்கிப் போயிருந்தது பலவருட நினைவுகள்.

அதிகாலையின் பரபரப்புகள். இருவரும் சேர்ந்தே வீட்டு வேலைகளைப் பகிர்ந்து கொண்டார்கள். அணிலின் சத்தம் கேட்டு சன்னல் வழியாக எட்டிப் பார்த்தாள். வாயில் தென்னம்பஞ்சுகளைப் பிய்த்து எடுத்துக் கொண்டுபோனது. குலை தள்ளிய வாழைமரத்தை நோக்கி, வாழைதார்களுக்கு இடையில் அணில் கூடு அமைப்பதைப் பார்த்துக் கணவனிடம் சொன்னாள், “கடனில்லாத வீடு.”

மறுநாள் இரவும் ஆல்பத்தை பார்த்தபோது புகைப்படத்தில் தங்களோடு இருக்கும் சொந்த பந்தங்கள் தோழிகள் பலரைக் கணவனிடம் சொல்லிக்கொண்டே வந்தாள். “பரவாயில்லங்க, பத்திரிக்கை வச்சதுல முக்கால்வாசி பேர் வந்துட்டாங்க.” கணவனும் அவளின் பேச்சை ஆர்வமாக கேட்டுக்கொண்டிருந்தான்.

“ஆமா இனி ரெண்டுநாள் பாப்ப, அதுக்கு அப்புறம் எத்தனை வருஷம் கழிச்சி எடுப்பியோ?”

புகைப்படத்தைப் பார்த்துக்கொண்டே வந்தவள், தனது பெரியம்மாவின் மூத்தமகளைச் சுட்டிக்காட்டி இவங்களுக்கு நாற்பது வயசுக்குமேலே ஆகுது. ஆனா இன்னைக்கும் அவங்க தோழிகளோடு எடுத்த போட்டோ கதய சிலாகிச்சிச் சொல்லுவாங்க. "இங்க பாருங்க உங்களுக்கு ஒருபுகைப்பட நினைவு இருக்குறதுபோல இவங்களுக்கும் உண்டு."

ஆல்பத்தை மூடி ஓரமாக வைத்துவிட்டுச் சொல்லத் தொடங்கினாள்.

"இடையில் தூங்கினா எழுப்பிராத" எனச் சொல்லி ஆர்வமாகக் கேட்பதைப்போல் மடியில் சாய்ந்துகொண்டான்.

அக்காவோட தோழி ஒருத்தி வசதியானவ அவங்ககிட்ட இருந்து கேமரா ஒண்ணு இரவலுக்கு வாங்கி அவளோட கூட்டுக்காரிகளை எல்லாம் கூப்பிட்டுச் சொன்னா.

"மக்கா நம்ம எல்லாரும் சேர்ந்து நிறைய போட்டோ எடுக்கணும்." கல்யாணம் பண்ணினா எப்ப பாக்கப்போறோம். இது ஒரு அழகான நினைவா இருக்கும்னு ஆச காட்டினா. நம்ம ஊரோட அழகத்தான் போட்டோ எடுக்கணும். கலர் போட்டோக்களைப் பார்ப்பதே அபூர்வம். அப்படியிருக்க அவங்களுக்கும் ஆர்வம் தொற்றிக் கொண்டது.

"பிலிம்ரோல் நான் வாங்குறேன். வர ஞாயிற்றுக்கிழமை நம்ம தூவலாற்றுக்குக் குளிக்கப்போறோம். சுத்தி சுத்தி போட்டோ எடுக்குறோம்."

இன்னொரு தோழி கேட்டாள்.

"ஆமா அங்க நிறைய பேரு குளிச்சிக்கிட்டு இருப்பாங்களே, நம்மள பாத்துச் சிரிக்கமாட்டாங்களா? அது வேற பயலுவ நிறைய குளிக்க வருவானுவோ, போட்டோ எடுக்க வெக்கமா இல்ல இருக்கும்."

அக்கா சொன்னா, "அதுக்கு தாம்டி நான் ஒரு ஐடியா வச்சிருக்கேன். உச்சைக்கிப் போனா ஒரு குஞ்சி இருக்காது. ஆத்துல நம்ம ராஜ்ஜியம் தான்."

மொத்தம் ஏழுபேர் கிளம்பினாங்க. ஒவ்வொருவரும் மூன்று உடைகளாவது எடுத்துக் கொண்டார்களாம். துவைப்பதற்குத் துணி எதுவும் எடுக்கவில்லை.

பவுடர், சீப்பு, பொட்டு, கவரிங் கம்மல்கள், சின்ன முகம்பார்க்கும் கண்ணாடி என ஆளுக்கு ஒவ்வொன்றாக வீட்டை மறைத்து எடுத்துக்கிட்டாங்க. அக்காவுக்கு முழுக்கால் சட்ட பனியன் போட்டு போட்டோ எடுக்க ரொம்ப ஆசு. அதுனால அவளுக்க அண்ணனுக்க துணிய மறைச்சி எடுத்துக்கிட்டு வந்தா. கூடவே திருவிழா கடையில வாங்குன ஓல தொப்பியும் நீலக்கலர் கண்ணாடியையும் எடுத்துக்கிட்டா.

சுற்றுலா போவதுபோல ஆத்துக்குக் கிளம்பினாங்க. வழியில் நின்ற தெற்றிப்பூ சாமந்திப்பூ எனக் கொஞ்சம் பூக்களையும் பறிச்சிக்கிட்டா ஒருத்தி.

வழியெங்கும் தென்னந்தோப்புகளும் வாழைமரங்களுமாக எழிலோடு நின்றிருந்த ஊரை கேமரா கண்களோடு வித்தியாசமாகப் பார்த்தாள் அக்கா. பூக்களில் திரிந்த அழகான வண்ணத்துப்பூச்சிகளைப் புகைப்படம் எடுப்பதுபோல் குனிந்து ஒற்றைக் கண்ணை மூடிப் பார்த்தாள். அக்காவின் செய்கையில் மயங்கிப் போன தோழிகள் இவ நம்மள சினிமா பட கதாநாயகி மாதிரி எடுப்பா என மாறிமாறிச் சொல்லிச் சிரிச்சிக்கிட்டாங்க.

ஊரைவிட்டு தொலைவில் இருந்தது மலையை ஒட்டிய தூவலாறு.

புதுமையான ஒன்றைச் செய்யப் போவதாகவும் எப்படியெல்லாம் புகைப்படத்திற்குக் காட்சி கொடுக்க வேண்டும் எனவும் சிரித்துப் பேசியபடியே போனார்கள்.

ஆற்றங்கரை மேட்டிலிருந்து பாத்தா குளிக்கிறவங்க தெரிய மாட்டாங்க. துணி துவைக்கும் சத்தம் கேட்டது. எல்லாருக்கும் ஒருவித பயம் யாரா இருக்கும்.

கீழ் இறங்கி வந்து பார்த்தா ரெண்டு பாட்டிங்க.

கிழவிங்க இப்ப கௌம்பிரும் நம்மள கவனிக்கமாட்டாங்க என்று அக்கா சொன்னா. சரி எல்லாரும் துணிகளை மாத்துங்க மேக்கப் போட்டுக்கோங்க. முதல்ல தனித்தனியா எடுக்கணும் அப்புறம் சேர்ந்து எடுக்கலாம். உடைஞ்சி கிடந்த சொறியாங்கல் பாறைக்குமேலே விதவிதமாக நின்று போட்டோ எடுத்தாங்க.

கொக்கு, நீர்காகங்களைப் போல் சிறகுகளாகத் தாவணிகளை விரித்துப் பிடித்துப் புகைப்படம் எடுத்தாங்க. பாசி படர்ந்து வழுக்கும் பாறையில் உட்கார்ந்து துள்ளிக்குதித்து ஓடும் நீரை இறைத்து விளையாடிப் புகைப்படம் எடுத்தாங்க. குளித்துக் கொண்டிருந்த கிழவி கண்ணை இடுக்கி ஒருமாதிரியாக பார்ப்பதைக் கவனித்த அக்கா கிழவிகளைப் பொருட்படுத்தாமல் சொன்னாள், "இனி என்னை யாராவது போட்டோ எடுங்க." கூட்டத்தில் ஒருத்திக்கு எப்படி எடுப்பது எனச் சொல்லிக் கொடுத்தாள்.

ஒளி அடிச்சிச் சத்தம் கேட்டதும் நிறுத்திவிடுமாறு சொன்னாள்.

அக்கா முழுகால் சட்டை பனியன் அணிந்து, ஓலைத் தொப்பிமாட்டி, கண்ணாடி போட்டு தலைமுடியை விரித்தவாக்கில் போட்டுத் தண்ணீர் விழும் எதிர்திசையில் போய்நின்று எடுக்கச் சொன்னாள். இடையிடையே எச்சரிக்கையா எடுங்க கேமராவை தண்ணியில விட்டுடாதீங்க எனச் சொல்ல, உச்சி வெயிலுக்கு வேர்த்து ஊற்றிய முகத்தை கழுவி பவுடரும் பூசிக்கொண்டார்கள். சில புகைப்படங்கள் எடுக்கும்போது பாறையில் வழுக்கி விழுந்து நீரில் நனைத்துக் கொண்டே புகைப்படம் எடுத்தாங்க. தோழி ஒருத்தியின் வீட்டில் திடீரெனப் பெண் பார்க்க வந்திருப்பதாக ஆற்றங்கரைக்குத் தகவல் வந்தது. தகவல் கொண்டு வந்த சிறுவனை மிரட்டி, மாப்பிள்ளை பாக்க விருப்பம் இல்ல குளிச்சிக்கிட்டு இருக்கான்னு சொல்லுன்னு போட்டோ எடுக்கும் ஆர்வத்தில் சொல்லி அனுப்பினாளாம். இப்படி நான்கு மணிநேரம் ஆயிற்று. பிறகு குளித்து முடித்து வேகவேகமாக வீட்டுக்கு வந்தார்கள். போட்டோ பிரிண்டுக்கு மட்டும் எல்லாரும் காசு போடணும் எனக் கண்டிப்புடன் சொன்னாள். ஒருவாரம் எதிர்பார்த்த போட்டோ வராததால், இரண்டாவது வாரம் காத்திருந்த தோழிகளுக்கிட்ட அக்கா சொல்லியிருக்கா.

"நாம எடுத்த போட்டோ ஒண்ணுக்கூட பதியல்ல எல்லா பிலிம்லயும் ஒளிமட்டுமே இருக்கு."

ஃபிலிம்மை வெளியில எடுத்துப் பிரிச்சு பாத்திங்களான்னு போட்டோக்காரர் கேட்டிருக்கார். அவளும் 'ஆமா போட்டோ பதிஞ்சிருக்கான்னு நான்தான் பாத்தேன்னு' சொல்லியிருக்கா.

கதையைக் கேட்டுக் கொண்டிருந்த கணவன் அவள் மடியில் முகம் புதைத்துச் சிரித்தான்.

மறுநாள் பைனான்ஸில் நகைகளை மீட்டெடுக்க முடியாத வாடிக்கையாளர்களுக்கு வட்டி கட்டும்படி தகவல் அனுப்பினாள்.

ஒருவாரம் கழித்து வயதான அம்மா ஒருவர் பைனான்ஸ் கம்பெனிக்கு வந்தார்.

"நகையை ஏலம் விட்றாதீங்க. அது எனக்க மகளுக்குள்ளது. அவ இப்போ ஊட்டியில இருக்கா, உங்ககிட்ட பேசணும்னு சொன்னா."

போன் நம்பர் எழுதிய காகிதத்தை அவளிடம் நீட்டினாள். டைரியில் குறித்து வைத்துக்கொண்டே அந்த நம்பருக்கு அவளது போனில் இருந்து அழைத்தாள்.

"ஹலோ பைனான்ஸில் இருந்து பேசுறேன், உங்க நகை அடகு வைத்த விஷயமா..."

"ம் ஆமாங்க, அம்மா சொன்னாங்க" உங்களோட ஜிபே நம்பர் குடுங்க வட்டிய கட்டிக்கிறேன்.

பிறகு ஒருநாலு மாசம் கழிச்சி ஊருக்கு வரும்போது நகைய திருப்பிக்கிறேன்.

அவளது நம்பருக்கு பணம் வந்தது.

வயதான அம்மா பைனான்ஸை விட்டுச் சென்று விட்டார்.

அன்று மாலை ரம்மியமான சூழலில் மீண்டும் அவளின் கல்யாண நினைவுகளை அசைபோட்டபடியே ஆல்பத்தை எடுத்துப் புரட்டினாள். அதிலிருந்து நிறைய புகைப்படங்களை செல்போனில் சேமித்துக் கொண்டு, ஒவ்வொரு நாளும் வாட்சப்பில் ஸ்டேடஸ் வைத்தாள். அதை எத்தனை பேர் பார்க்கிறார்கள் என அவ்வப்போது பார்ப்பதும் வேலையாக இருந்தது.

ஸ்டேடஸ் பார்த்த சில உறவுகள், "இன்னும் கல்யாண கோமாவிலிருந்து மீளவில்லையா" எனக் கிண்டலடித்தார்கள்.

அதையெல்லாம் பொருட்படுத்தாமல் அவர்களுக்குப் பொறாமை எனக் கடந்து சென்றாள்.

ஐந்து மாதங்கள் கழித்து அலுவலகத்திற்கு ஊட்டிக்காரப் பெண் நகையை மீட்பதற்காக வந்தாள்.

இவளைப் பார்த்ததும், "நீஷா' வோட மனைவியா?"

"ஆமா அவர உங்களுக்கு எப்படித் தெரியும்.?"

"நீங்க போடும் வாட்சப் ஸ்டேடஸ் எல்லாம் பாப்பேன்."

"ஆமா நானும் கவனித்தேன்."

"அதுலதான் தெரிஞ்சிக்கிட்டேன்."

"ஓ எப்படி அவரத் தெரியும்."

"மடத்துப் பள்ளிக்கூடத்துல ஒரே வகுப்புல படிச்சோம். அப்போ எடுத்த குரூப் போட்டோகூட எனக்கிட்ட இருக்கு."

கண்கள் விரிய மனம் சந்தோஷத்தில் திளைத்தது அவளுக்கு.

"எனக்கு அத வாட்சப்பில் அனுப்பி விடுங்களேன்."

"கண்டிப்பா அனுப்புறேன்."

கணவன் பார்க்கும் முன்னே தனக்குப் பார்க்கக் கிடைத்ததை நினைத்துச் சந்தோஷப்பட்டாள். இருபத்தைந்து வருஷம் கழித்துக் கிடைக்கும் புகைப்படம் எனத் தன்னைத்தானே சொல்லிப் பெருமைப்பட்டாள். இதைப் பார்க்கும் கணவனின் நிலையை நினைத்துக் கற்பனை விரிய வியந்திருந்தாள். வெகு நேரமாகியும் புகைப்படம் செல்போனுக்கு வராததை நினைத்து அவள் மறந்திருப்பாளோ எனச் சந்தேகப்பட்டாள். அவளுக்கு அது சாதாரணம் எனக்கு அப்படியா எனச் சொல்லிக்கொண்டே செல்போனில் அழைத்தாள். ஸ்விட்ச்ஆப் என வந்தது.

ஒருநிமிடம் கலங்கித்தான் போனாள். வீட்டுக்கு வந்ததும் கணவனுக்குத் தெரியாமல் மீண்டும் செல்போனில் அவளை அழைத்தாள். ஸ்விட்ச்ஆப் என வந்தது. நாளைக்கு அவள் வீட்டுக்குப் போய்விட வேண்டியதுதான். அட்ரஸ்தான் நம்மகிட்ட இருக்கே எனச் சமாதானம் செய்துகொண்டாள். பைனான்ஸில் வேலை அதிகமாக இருந்தாலும் அரைநாள் லீவுபோட்டுக்கிட்டாவது போய்விட வேண்டும். புகைப்படம் கையில் கிடைப்பது வரையிலும் நிம்மதியில்லை என உணர்ந்தாள்.

காலை வேளையில் அலுவலகம் கிளம்பும் அவசரத்திற்கு இடையிலும் மீண்டும் ஒருமுறை போன் செய்தாள். அதே ஸ்விட்ச்ஆப் என வந்தது. பைனான்ஸில் வந்து முகவரியைத் தாளில் குறித்துக்கொண்டு அரைநாள் லீவு கேட்டு ஸ்கூட்டியில் கிளம்பினாள். பைனான்ஸ் இருக்கும் இடத்திலிருந்து இரண்டு கிலோமீட்டர் தூரத்தில் இருந்தது அந்தக் கிராமம். தெருவின் ஓரத்திலிருந்து அந்தப் பெண்ணின் அம்மா தென்னை ஓலையில் ஈக்கு எடுத்துக் கொண்டிருந்தாள். அவள் குழந்தைக்கு வேடிக்கை காட்டியபடி சோறு ஊட்டிக் கொண்டிருந்தாள். அவளைக் கண்டதும் அந்தம்மா எழும்பி, “நகையை மீட்டாச்சில்ல பிள்ளே... என்ன விஷயமா வந்திருக்கா...வா” என அழைத்தாள். அதைக் கேட்டு திரும்பிப் பார்த்த பெண், “போட்டோ அனுப்பியிருப்பேன் செல்போனை குழந்தைத் தண்ணியில தூக்கிப் போட்டுட்டா, அதான் ரெண்டுநாள் கழிச்சி ஆன் பண்ணலாம் என ஆப் பண்ணி வச்சிருக்கேன். ஒடனே எடுத்துட்டேன் ஆனாலும் சரி ஆகலன்னா கடையிலத்தான் குடுக்கணும்” என்றாள்.

“அவருக்கு அடுத்த வாரம் பிறந்தநாள். இந்தப் போட்டாவைத்தான் பரிசாகக் கொடுக்க நினைக்கிறேன். அதான் உங்களத் தேடி வந்தேன்.”

அலமாரியில் இருந்த போட்டோக்கள் நான்கை எடுத்துக் காட்டியதும் சந்தோஷம் தாளாமல்,

“நான் ஒண்ணுதான் இருக்கும்னு நினைச்சேன் ஆஹா நான்கு வருட போட்டா” என ஆவலாக போட்டோவில் ‘ஷா’வைத் தேடினாள். எல்லா போட்டோக்களையும் செல்போனில் புகைப்படம் எடுத்துக்கொண்டாள். போட்டோ மங்கலாகத்தான் இருந்தது.

செல்போனில் உள்ளது தெளிவாக இருக்காது, அதனால் இந்த போட்டோக்களை ஸ்டுடியோவில் கொடுத்து பிரிண்ட் போட்டுட்டுக் கொண்டு தருகிறேன் என வாங்கிக்கொண்டாள். வரும் வழியிலேயே போட்டோக்களை பிரிண்ட்போடக் கொடுத்தாள்.

மறுநாள் அந்தப் பெண்ணிடம் போட்டோக்களை கொடுத்து விட்டு பிரிண்ட் போட்ட போட்டோக்களை வீட்டில் மறைத்து

வைத்திருந்தாள். போட்டோ பார்த்தால் கணவனின் முகம் எப்படி இருக்கும் எனத் தனக்குத்தானே சிரித்தாள்.

பிறந்த நாளின் அன்று காலை செல்போனில் உள்ள போட்டோக்களை கணவனின் வாட்ஸ்அப்பிற்கு அனுப்பி வைத்தாள். வெகுநேரம் அவன் அதைக் கவனிக்கவில்லை. அவளாகவே சொன்னாள், "உங்க வாட்சப்பிற்கு ஒன்னு அனுப்பி வச்சிருக்கேன் பாருங்களேன்."

"ஆமா, என்னத்த வாழ்த்து அனுப்பியிருப்ப."

வாட்ஸ்அப் திறந்து பார்த்தவன், புரியாமல் விழித்தான். நெற்றியைக் கூர்மையாக்கி இது என்ன என்று பார்த்தான்.

தனக்குப் பாடம் எடுத்த ஆசிரியர்களை அடையாளம் கண்டு, "இவங்க எனக்கு மூனாவதுல பாடம் எடுத்த கணக்கு டீச்சர். இது எப்படி உனக்குக் கிடச்சுது" என ஆச்சரியமாகக் கேட்டான்.

பதில் பேசாமல் மீண்டும் பாருங்கள் என கண்சாடை காட்டினாள்.

தான் எங்கே என்று புகைப்படத்தை விரித்துத் தேடினான். தன்னைக் கண்டுகொண்டவன் கண்களில் கண்ணீர் வழிந்தது. நான்காம் வகுப்புப் போட்டோவை வெகுநேரம் பார்த்துக் கொண்டிருந்தான்.

மறைத்து வைத்திருந்த புகைப்படத்தைக் காட்டினாள். அழகான சட்டங்கள் போடப்பட்டுப் புதிதாக இருந்த புகைப்படத்தைப் பார்த்தவன் கண்களைத் துடைத்துக்கொண்டே ஜன்னலின் அருகில் போய்நின்று, கண்ணாடி கதவுகளைத் திறந்து விட்டான். இரவெல்லாம் மின்விளக்கில் தட்டுத்தடுமாறிக் கிடந்த தட்டான் வெளியே பறந்து போனது.

- வாசகசாலை, டிசம்பர் 2023

சூரிய நிர்வாணம்

சீக்கிரம் வீட்டிற்குள் இருட்டு வந்திருந்தது. கதவிற்குப் பதிலாகச் சாக்கு படுதாவைத் தளர்த்தி விட்டான் வாசலில். விளக்கின் திரியைத் தீண்டி ஏற்றினான். மேடான அந்தப் பலகையின் மீது விளக்கு நடுங்கிக் கொண்டிருந்தது. ஒளி அணைந்துவிடாதவாறு கைகளை ஒன்று குவித்தான். சாக்கு படுதாவின் இடைவெளியோடு வரும் காற்றைத் தடுக்க இரண்டு மரக்குச்சிகளை அடைகொடுத்தான். வெளிச்சம் அவன் சின்ன அறையெங்கும் பரவியிருந்தது. ஆள் அரவமற்ற அந்தக் குளக்கரையில் தனிமையாக வசித்து வந்தான். எப்போதும் ஈரமாக இருக்கும் தரையில் நிறைய சணல் சாக்குகள் விரித்துப் போடப்பட்டிருந்தன. வீட்டின் பின்புறம் வாத்துக்கள் பேக்...பேக் எனக் கத்திக்கொண்டே இருந்தன.

அப்போதுதான் அந்த வெள்ளை ஆடையைக் கவனித்தான். ஒரு வேட்டியும் சட்டையும் இருந்தது. கடந்த வாரம் உடன்பிறவா அண்ணன், "மறக்காம திங்கட்கிழமை காலையில கௌம்பி நில்லு, ரெஜிஸ்டர் ஆபீஸ் போணும்" என்று அந்த ஆடையைக் கொடுத்துவிட்டுச் சொன்னான். அப்படி ஒரு ஆபீஸை அவன் பார்த்ததில்லை. அதனால் சரி என்று சொன்னான். அண்ணன் போகும்போது நூறு ரூபாய்த்தாளை அவன் கையில் திணித்து, "இந்தா வச்சிக்கோ செலவுக்கு ஆகுமில்ல, எதாவது வேணும்னா வீட்டுக்கு வா" என்றான். பல வருடங்களாக அவனும் அவன் அம்மாவும் தனியாக்கத்தான் இந்த வீட்டில் வசித்து வந்தனர். அவனின் சிறுவயதிலிருந்தே வந்துபோன

அண்ணனின் அப்பா இவனுக்கும் அப்பாவாகிப் போனார். அம்மா இறந்த பிறகு தனியாக இருப்பதைப் பார்த்த சிலர் அவனுக்குத் திருமணம் செய்து வைத்தனர். திருமணத்தின் அடையாளம் புதுத்துணியும் பெண்ணிற்கு மஞ்சள் கயிறும் மட்டுமே.

வெளியில் போய்க் கடினமான வேலைகளை ஒழுங்காகச் செய்யத் தெரியாதவன், அதனால் தனக்கான உணவை குளந்தங்கரையிலேயே தேடிக்கொள்வான். வீட்டைச் சுற்றிக் காய்கறி, கீரை வகைகளை வளர்த்தியிருந்தான். அதிலிருந்து கிடைக்கும் சொற்ப வருமானமே அவனுக்குப் போதுமானதாகப் பட்டது. வாத்து முட்டைகளையும் விற்று வந்தான். அவன் மனைவி பல நேரங்களில் சோர்வாக இருப்பாள். இரண்டு மூன்று மாதங்கள் கடந்தது.

பல நாட்கள் இரவில் கத்திக் கூச்சல்போட்டு தானே சமாதானம் ஆகி அவனைக் கீழே படுக்கச் சொல்லிவிட்டு, கயிற்றுக்கட்டிலில் தனியாகப் படுத்துக்கொள்வாள். இழுப்பு நோய்கண்டவன் கூச்சலுக்குப் பயந்து அப்படியே படுத்து வந்தான். அவள் போட்ட கூச்சலைத் திருப்பிச் சொன்னது குளம். ஒருநாள் இரவில் துணிகளைத் தோளில் தொங்க விட்டவாறு கிளம்பிச் சென்றாள். அவன் அவளைத் தொடரவோ தடுக்கவோ இல்லை. மாறாக நிம்மதியாக இருந்தான். அவனுக்குத் தனது கட்டில் திரும்ப கிடைத்ததில் மட்டற்ற சந்தோஷம்.

இரண்டு நாள் காவல்துறை விசாரிப்பில் ஒரே தகவலைத் திரும்பத் திரும்பச் சொன்னான். மனநிலை சரியில்லாத பெண்ணை அவனுக்குக் கட்டி வைத்தது தெரியவே காவல்துறை அவனை வீட்டிற்குவிட்டது. பலநேரங்களில் கூச்சல் அவன் காதுக்குள் ஒலித்துக் கொண்டேயிருந்தது. தூக்கம் தொலைத்த குளம் அவள் கூச்சலைச் சேர்த்துவைத்து வெளிப்படுத்தியது. மழைக்காலம் என்றால் மட்டும் அவனுக்கு அதிகமான வேலையிருந்தது. தெருக்களில் தேங்கி இருக்கும் சாக்கடை நீரோடு சேர்த்துக் குளத்துக்கு அரித்துக் கொண்டுவரும் மணலை மழை நின்ற பின்னர், கரையில் வாரி இறைப்பான். தண்ணீர் வடிந்து வெயில் பட்டவுடன் மணல் நிறத்துக்குச் சற்று மாறும். அந்த மணலைச் சிலர் விலைகொடுத்து வாங்கிச் செல்வார்கள். குளத்தின் ஓரத்தில் நின்ற தென்னை ஓலைகளைச் சேகரித்து

முடைந்து வீட்டிற்குத் தேவையான கூரையைச் சரி செய்து கொள்வான்.

நான்கு உடைகள் மட்டும் வைத்துக் கொண்டிருந்தவனுக்கு, புதிதாகக் கிடைத்த ஆடையைப் பார்த்து சந்தோஷம். மனிதர்களோடு நெருங்கிப் பழகாதவன். அந்தக் குளக்கரையே தனது பூர்வீகமாக நினைத்துக் கொண்டான். எல்லாவற்றையும் குளமே கொடுத்துக் கொண்டிருந்தது. தினமும் தூண்டில் இட்டு மீன்பிடித்துப் பொழுதைக் கழித்தான். பிடிக்கும் மீன்களை விற்பதும், சில நேரங்களில் சமைத்தும் சாப்பிட்டான். அவனால் குளத்துக்கோ மற்றவர்களுக்கோ எந்தப் பராதியும் இல்லை. வெயில் அவனுக்குள் நெருக்கம் கொண்டிருந்தது. கிழக்கு நோக்கிய அவன் குடிசைக்குள் அதிகாலை இளவெயில் புகுந்து தூரத்தில் நிற்கும் மரங்களின் கிளைகளை வீட்டிற்குள் பறித்துப் போட்டதுபோல் நிழல் பரப்பிக் கிடக்கும். அசையும் கிளைகளைப் பார்த்த வண்ணம் வாத்துகளை நீருக்குள் துரத்திவிடுவான். எப்போதும் காலைக் கடனை முடித்தவுடன் இளவெயிலுக்குத் தன் நிர்வாணத்தைக் காண்பித்தே நடப்பான். யாருமற்ற குளத்தில் இருந்து வரும் பறவைகளின் ஒலி அவன் நிர்வாணத்தைக் கேலி செய்வதாக இருந்தது.

விசித்திரமான இரவுகளை ஒவ்வொரு நாளும் கடினப்பட்டுக் கடந்தான். இரவில் அவன் வீட்டு அடுப்பு புகைந்து கொண்டேயிருக்கும். இழுப்பு வியாதி உள்ளவன் தொண்டைக்கு இதமாகச் சுடுநீர் மட்டுமே குடிப்பான். இருப்பிடத்தை மாற்ற அவனிடம் பொதுப்பணித்துறை பலமுறை வந்து வற்புறுத்தியபோதும் அவன் அதைக் காதில் வாங்கிக் கொள்ளவில்லை. பருவநிலை மாறுபாடுகளோடு குளம் புதிதான தோற்றத்தைக் கொண்டிருந்தது.

தூரத்தில் காரின் ஒலி இரண்டொருமுறை ஒலித்தது. புதுத்துணி உடுத்திப் புறப்பட்டு அவர்களோடு காரினுள் உட்கார்ந்து கொண்டவனிடம் அண்ணன் சொன்னான், “ஆபீஸர் சம்மதமான்னு கேப்பாரு, ஆமான்னு மட்டும் சொல்லணும் சரியா” என்றான். கார் கண்ணாடியை இறக்கிவிட்டு வழியெங்கும் வேடிக்கை பார்த்த வண்ணம் இருந்தான். இடையிடையே அண்ணனின் முகம் கலவரத்துடன் கூடிய புன்னகையை உதிர்த்தவாறு இருந்தது. மெதுவாக அண்ணனிடம் கேட்டான், “சீக்கிரம் விட்டுருவாங்களா?” உள்ளுக்குள் கோபம் வந்தாலும்,

"போக வேண்டிய இடம் வரவேயில்ல, அதுக்குள்ள வீட்ட யாரும் தூக்கிட்டுப் போகமாட்டாங்க" என்றான்.

சற்று நேரத்திற்குள் கார் பதிவுத்துறை அலுவலக வளாகத்தினுள் நின்றது.

அலுவலகத்தில் கூட்டம் அதிகமாக இருந்தது. கோப்புகளை முன்பே ஆயத்தம் பண்ணி வைத்திருந்தவர் இவர்களுக்காகக் காத்திருந்தார். பத்திரத்தில் கையெழுத்து இடுமாறு சொன்னார்கள். தப்பித் தவறிப் படித்து வைத்திருந்த பெயரைப் பத்திரங்களில் எழுதிப் பழகிக்கொண்டான். எல்லாம் ரெடி பண்ணிக்கொடுப்பவர் அவனிடம் சொன்னார்,

"உனக்கு முழு சம்மதமா எனக் கேட்பார். ஆமான்னு சொல்லணும்" என்றான். மெல்லமாக அண்ணனிடம் கேட்டான், "எதுக்கு சொல்லணும்?"

"ஒரு இடம் வாங்கினேன். அதுக்கான சாட்சிக் கையெழுத்து ஒனக்கிட்ட கேக்குறாங்க அதுதான்."

எல்லாம் புரிந்தவன் மாதிரி தலையசைத்தான்.

கூட்டம் அதிகமாக இருப்பதால் கொஞ்சம் நேரமாகும். இதுல இரு என ஒரு மரத்தடியில் உட்கார வைத்தான் அண்ணன்.

அங்கு வந்திருக்கும் ஒவ்வொருவரையும் வேடிக்கை பார்த்தான்.

மரங்களில் பறவைகளின் சத்தம் வந்த திசையை அண்ணாந்து பார்த்துச் சிரித்துக் கொண்டே வாசல்படியை நோக்கினான்.

வாசலில் ஒரு மனிதர் ஆதார் கார்டு ஒன்றை வைத்தபடி வெள்ளை வேட்டியும் சட்டையும் அணிந்திருந்தார். அவரின் ஆடை சற்று அழுக்காக இருந்தது. வருவோர் போவோரை யாசிப்பதுபோல் முகத்தை வைத்திருந்தார். அவரின் கணுக்காலுக்கு மேலே பெரிய பள்ளமான புரையோடிய புண் இருந்தது. அதில் ஈக்கள் மொய்த்தபடி இருந்தன. புரையோடிய புண்களின் வலி ஈக்களுக்குத் தெரிவதில்லை. புண்ணின் அருவருப்பில் யாரும் அவரை அழைக்கவில்லை.

அவர் சாட்சிக் கையெழுத்து இடுவதற்காக நாள் முழுவதும் இவ்வாறு உட்கார்ந்து இருப்பார். புண்ணை அவன் கவனிப்பதைப் பார்த்த அந்த முதியவர் தனது வேட்டியின் நுனி கொண்டு

மூடினார். சற்று நேரத்தில் ஒருவர் அவரைச் சாட்சிக் கையெழுத்து இட அழைத்ததும், ஆதார் கார்டை எடுத்துக் கொண்டு காலை இழுத்து நொண்டியவாறு அலுவலகத்தினுள் சென்றார்.

மதியம் அண்ணன் நல்ல உணவு அவனுக்கு வாங்கிக் கொடுத்தான்.

பிறகு உள்ளே வரிசைப்படி அழைத்து, பத்திரம் பதிவானது. அவன் பேரில் இருந்த மூன்று சென்ட் நிலம் அண்ணன் பெயருக்கு மாற்றப்பட்டது.

எப்போதும் காலை எழுந்தவுடன் சூரியனுக்கு நிர்வாணத்தைக் காண்பிப்பதுபோல் அலுவலகத்தைவிட்டு வெளியே வந்தான். அவனை எப்படி அழைத்து வந்தானோ அதேபோல வீட்டிற்குப் போகும் ரோட்டில் விட்டுச் சென்றான். வீட்டிற்குள் நுழைந்தவனுக்குப் புதுத்துணி பெரும் அவஸ்தையாக இருந்தது. துணியைக் கழற்றிச் சுருட்டி மரப்பெட்டியின் மீது வைத்து, பழைய லுங்கி ஒன்றை உடுத்தி, வாத்துகளைக் கூட்டில் போகச் சொன்னான். மதியச் சாப்பாட்டை நினைத்தவாறே சுடுநீரைக் குடித்து உறக்கத்துக்குத் தயாரானான்.

அவன் அம்மா இறந்தபோது வீட்டிற்கு வந்த அண்ணன் நிலப்பத்திரத்தை எடுத்துச் சென்றது அவனுக்குத் தெரியாது. தெரிந்தாலும் அவனால் ஒன்றும் செய்ய முடியாது. குளிர் அதிகமானால் அவன் அம்மாவின் புடவையை எடுத்துப் போர்த்திக் கொள்வான். அங்கிருந்தே ஆறுதல் கிடைப்பதாக உணர்ந்தான். குளக்கரைக் கொசுக்களின் படையெடுப்பால் அடிக்கடி காய்ச்சல் கண்டு கிடந்தான்.

ஒருவாரக் காய்ச்சலில் சோர்வுற்றவன் அண்ணனின் வீடு நோக்கிச் சென்றான். வீட்டின் கேட் பூட்டியிருந்தது. வெகுநேரம் அங்கேயே நின்றான். “இனி என்ன செய்ய? வீட்ல யாரும் இல்ல, எங்க போனாங்கன்னு தெரியலியே” என மலங்க விழித்துக் கொண்டவனைப் பார்த்த பெரியவர் கேட்டார்.

“லே ஆளில்லாத வீட்ட வெறிச்சிப் பாத்துக்கிட்டே நிக்கிய ஏம்டே?”

“ஒண்ணுமில்ல அண்ணன்…” என இழுத்தான்.

"அண்ணனாவது கொண்ணனாவது. லே புத்திக் கெட்டப் பயலே அந்த மூனு சென்ட் எடத்த யாம்பிலே எழுதிக் குடுத்த? ஒன்ன மாதிரி கொளத்தங்கரையிலையா கெடக்கான், இல்ல கஞ்சிக்கு வழியில்லாம கெடக்கானா?"

அதற்கும் விழித்துக் கொண்டிருந்தான்.

"மெயின் ரோட்டு ஓரத்துல கிடக்கிய எடம்ல இன்னைக்கு உள்ள வெலக்கி சென்ட் பத்துலட்சம் போகும். கிறுக்கு பயலே" என நொந்துகொண்டு மேலும் தொடர்ந்தார்.

"ஒனக்க எடத்துல அவன் குடும்பமா போய்த் தறிதட்ட போயிருக்கான். புதுசா கடை கட்ட போறானாம்."

"அவனுக்க அப்பன் ஒங்களுக்குத் தந்தத அவனே எடுத்துக்கிட்டான். போ எதுக்கு நிக்கிய" எனப் புலம்பிய பெரியவர் மனம் கேக்காமல் சொன்னார். "ஒன்ன பெத்தவன் இறச்சகுளத்துல இருக்கான். அவனுக்க அட்ரஸ் எனக்குத் தெரியும் அவனுக்கும் கொம்மைக்கும் என்ன பிரச்சனையோ கைபிள்ளையா ஒன்ன தூக்கிட்டு இந்தப் பக்கமா வந்தவ போகவேயில்ல. சரி அதவுடு, இப்ப வீட்டுக்குப் போ. இரண்டுநாளு கழிச்சி வீட்டுக்கு வாரேன்."

சிலநிமிடங்கள் தாமதித்து அங்கிருந்து வீடு வந்தவன், இழுப்பு அதிகமாகிப் போத்தியபடி கிடந்தான். பின்னர் எழும்பிச் சுக்குக் காபி வைத்துக் குடித்து மருந்தகத்திலிருந்து வாங்கிய மாத்திரையைப் போட்டு மீண்டும் படுத்துக் கொண்டான். வெகுநேரம் வாத்துகள் சேற்றைக் கிண்டும் கிளக்...கிளக்... சத்தம் கேட்டுக்கொண்டேயிருந்தது.

உடல்நிலை கொஞ்சம் சீரானதும் வேலை செய்யத் துவங்கினான். குளத்தின் அருகில் வளர்ந்து நின்ற புல்லை அறுத்து நான்கு கட்டுகளாகக் கட்டி ரோட்டின் சந்திப்பில் வைத்து நின்றான். சில மணிநேரங்களில் விற்றுத் தீர்ந்தன. ரூபாயைச் சுருட்டி மடியில் செருகியவாறு தனக்கு வேண்டிய மளிகைச் சாமான்களை வாங்கி வீடு நோக்கி நடந்தான்.

பெரியவர் அவன் வீட்டைத் தேடி வந்தார். "லே உள்ள இருக்கியா இல்லையா?" எனச் சத்தம் போட்டார். வெயிலை அணைத்தவாறு நிர்வாணமாக நின்றதைப் பெரியவர் கவனிக்கவில்லை. சத்தம் கேட்டு திடுக்கிட்டவன் தனது

லுங்கியை வாரிச் சுருட்டிக் கட்டிக்கொண்டு பெரியவர் முன் நின்றான்.

“சொல்லும்.”

“தகாத நேரத்துல வந்து தட்டியெழுப்பிட்டேனோ? அப்படிக் கெடக்க பொண்டாட்டியும் இல்லையே” என கிண்டலாக சிரித்துக் கொண்டார்.

“சரி நமக்கு இறச்சகுளம் போவோம் வா.”

“அங்க என்னத்துக்கு, வேண்டாம்.”

“லே ங்கொப்பன் மொண்ண பணக்காரன் பிலே.”

வர மனமற்றவனாகத் தலை குனிந்து நின்றான்.

“லே அவனப் போய் பாத்தா ஏதாவது ஒதவி செய்வான். நா வாறமில்லா வா” என அழைத்தார்.

அவரின் நச்சரிப்பில் எரிச்சலடைந்தவன். “சரி வாரும், பாத்துக்கிட்டு மட்டும் வருவோம். ஒதவி எல்லாம் கேக்காண்டாம்.” அண்ணன் கொடுத்த துணியை எடுத்து உடுக்கப் போனவன் சட்டெனக் கீழே வைத்துவிட்டு அவனின் பழைய துணி ஒன்றை எடுத்து உடுத்தினான்.

இருவருமாக பஸ் ஏறி இறச்சகுளம் போய்ச் சேர்ந்தார்கள். ரம்மியமான சூழல் நிலவியது. அதிக வெயில் இல்லாத குளிர்ந்த காற்று ரோட்டோர அரசமரங்களில் இலைகள் சலசலத்து விளையாடியது.

அங்கிருந்த டீக்கடை ஒன்றில், “வெள்ளையன் செல்வராசுக்க வீடு எங்க இருக்கு?” எனப் பெரியவர் கேட்டார்.

“அவன வீட்ல போனாக் கூட பாக்குறதும் கஷ்டம் தான். ஆனா நாலஞ்சு நாளா காலு கழியாததுனால. அவன் வேலக்கிப் போகல. அரைமணி நேரத்துக்கு முன்னதான் டீ அடிச்சிட்டு போனான். இப்படி நெடுவ நடங்க, இடது பக்க திருப்புல ஆலமரம் நிக்கும். வயக்கரைய தாண்டி ஒத்தவீடா இருக்கும். அங்க கேளுங்க சொல்லித் தருவாங்க” என்றான்.

துரமாக நடந்து வந்து கொண்டிருக்கும்போதே ஒரு முதியவர் ஆலமரத்தடியில் சிமெண்ட் திண்டில் தனது டவலை விரித்துப்

படுத்திருந்தார். அவரை நெருங்கி வந்து பார்த்தபோது அவர்தான் வெள்ளையன் செல்வராசு எனப் பெரியவர் தெரிந்து கொண்டார்.

வந்த விவரத்தைப் பெரியவர் சொல்லிப் புரிய வைத்தார். தலையை அசைத்தவாறு மகனைப் பார்த்தார். இவனுக்கு அவரை எங்கேயோ பார்த்தது போல் இருந்தது. "எனக்க நிலமயே மோசமா இருக்கு. இவனுக்கு எப்டி நான் ஒதவி பண்ண முடியும். சொத்தையெல்லாம் மகனுவோ மூனுபேரு எழுதி வாங்கிட்டானுவ. நானே கஞ்சிக்கு வழிதேடி அலையுதேன். எல்லாம் இவனுக்க அம்மையால வந்த வினை. அன்னைக்கு மட்டும் கொஞ்சம் பொறும காத்திருந்தான்னா எனக்கும் இந்த நெலம இராது" எனக் கண்களைத் துடைத்துக் கொண்டார். மகனை உற்றுப்பார்த்து யோசித்தார். ஆனால் நினைவுக்குள் எதுவும் நிகழாதவராய், சரி இந்தா எனத் தன்னிடம் இருந்த நூறு ரூபாய் தாளை அவனது கையில் திணித்தார்.

வாங்க மறுத்தவனாக, "வாரும் வீட்டுக்குப் போவோம்" என்று அவனோடு துணைக்கு வந்த பெரியவரைப் அழைத்தான். ஆனால் அவன் அப்பா அவன் கையைப் பிடித்துக் கொடுத்துச் சொன்னார். "ஒருவாரத்துக்குக் கணக்கா டீ குடிக்க தருவானுக அந்த ரூபாதான் இது" அவன் கைக்கு வந்த நூறு ரூபாயோடு அவரின் இரண்டு கைகளை அழுத்தமாகப் பிடித்தான். கைகள் நடுங்கியபடி குளிர்ந்து மென்மையாக இருந்தன. அவரின் கணுக்காலுக்கு மேலே புரையோடிய புண்ணைக் கண்டதும் பத்திரப்பதிவு அலுவலகம் ஞாபகம் வந்தது.

அவரிடம் ரூபாயைக் கொடுத்துவிட்டு கூடவந்த பெரியவரை எதிர்பார்க்காமல் வந்த வழியே நடக்கலானான். பெரியவர் தர்மசங்கடமான நிலைமைக்கு ஆளானது போல் தலை கவிழ்ந்து அவனைப் பின் தொடர்ந்து விறுவிறுப்பாக நடந்தார்.

இருவரும் வீடு வந்து சேர்ந்தார்கள். வீட்டிற்கு வந்தவன் குளத்தில் பூத்திருக்கும் தாமரைப்பூக்களையும் இலைகளையும் கொஞ்சம் பறித்து, ஊருக்குள் பூவிற்கும் கிழவிக்குக் கொடுத்தான். தாமரையைக் குத்தகைக்கு எடுத்திருக்கும் நபர் அவனிடம் காவல் செய்யச் சொல்லியிருப்பதால் அவனை எதுவும் சொல்லிக் கொள்ளமாட்டான். கிழவி கொடுத்த காசை வாங்கி வைத்தான்.

சூரிய நிர்வாணம் | 103

கிழவியின் கையில் இருந்து ரூபாயை வாங்கும்போது கையின் குளிர்ச்சி அவன் தந்தையை ஞாபகப்படுத்தியது.

இரண்டு மாதங்கள் கழித்து பெருமழை விட்டுவிட்டு பெய்வதும் நிற்பதுமாக இருந்தது. குளிர் கையில் வரும்போதெல்லாம் கைகளை உதறினான். இரண்டு வாரமாகத் தொடர்ந்து மழை பெய்யவே குளம் நிரம்பி நின்றது. அவன் வீட்டிற்கு அட்டை, தவளை, நீர்பாம்பு, பூச்சிகள் தினம் வந்து போய் இருந்தன. அவன் நிர்வாணத்தைக் காண சூரியன் வரவில்லை. தினமும் வானைப் பார்த்துக் கோபம் கொண்டான். யாரும் கவனிக்கப்படாத இடத்தில் இருப்பதாக நினைத்தான். ஆனால் குளம் நிரம்பியதை அதிசயித்துப் பார்க்கும் மக்கள், இவன் குடிசையையும் பார்க்கத் தவறுவதில்லை.

குளிர்ச்சி எப்போதும் அவனுக்குள் தந்தையை நினைவுபடுத்திய படியே இருந்தது. நிர்வாணம் காண வராத சூரியனை நினைத்தே தூங்கினான். குளிர்ச்சி அவன் குடிசையைக் கொஞ்சம் கொஞ்சமாக நிரப்பிக்கொண்டே இருந்தது. தன்னிலை மறந்து தூங்கியவன் மூச்சு வாங்கி எழும்பினான். மாத்திரையைப் போட்டுப் பார்த்தான் சரியாகவில்லை. தகப்பனின் குளிர்ந்த கரம் அவன் மேனியெங்கும் பரவி மொத்தமாக ஆக்கிரமித்தது. மறுநாள் அவன் நிர்வாணத்தைக் காண சூரியன் வந்தது. குளிருக்குள் புதைந்து கிடந்தான்.

- இனியவன் இலக்கியப் போட்டியில் சிறப்பு பரிசு பெற்ற சிறுகதை, 2024

◻

உப்பு நீர்

கசப்பின் சுவை மறக்க அதன் அருகிலேயே பழச்சாறும் இருந்தது. தினமும் பிள்ளைகள் வைத்து விட்டுச் செல்வார்கள்.

"மறந்திடாத மாத்திரை இருக்கு... கதவ சாத்திருக்கேன். பத்திரமா இரு."

இது அவள் காதில் தினமும் ஒலிக்கும் வார்த்தைகள். திறந்திருந்த சன்னலின் வழியே குளிர்ந்த காற்று அடிக்க, கால்களைப் போர்வைக்குள் புகுத்தினாள். சூடு உடலில் பரவ மீண்டும் சரிந்து படுத்துக்கொண்டாள். கனவுக்குள் பிரவேசிக்கும் முகம் அறியாதவன் அவள் நினைவெங்கும் பரவத் தொடங்கினான். தூக்கம் தொலைந்து கண்விழித்தபோது தலையணை அருகில் இருந்தது. கட்டிலில் எழும்பி உட்கார்ந்தாள். வீடு அமைதியாக இருந்தது.

தூரத்தில் செம்போந்தின் சத்தம். அவன் இப்போது கதவைத் திறந்திருக்கலாம் என நினைத்தாள்.

வெளியே வந்தவள் சுற்றும் ஒரு தடவை பார்க்க, அடுத்த வீடு தெரியாதபடி மதில் சுவர் குறுக்காக நின்றது. சலித்துக்கொண்டே வீட்டிற்குள் வந்து காலைக் கடன்களை முடித்துச் சற்று நேரம் ஓய்வு எடுத்தாள். கரப்பான் பூச்சி அங்கொன்றும் இங்கொன்றுமாக வீட்டினுள் ஓடிக்கொண்டிருந்தது. எத்தனை நாட்கள்தான் இந்த அறையையே ஆராய்ந்து கொண்டிருப்பது. ஏதாவது செய்யலாம் என்றாலும் நினைத்தவுடன் மறதியும் தூக்கமும் அவளைத் தழுவிக்கொள்கின்றன. சில நேரங்களில்

ஏதோ உடல் முழுதும் ஊர்வதாய்த் தோன்ற அடிக்கடி தட்டிவிட்டுக்கொள்வாள். பசிப்பதுபோல் இருக்க சமையலறை சென்றாள். தூய்மையற்ற அறை. தோசைக்கல்லில் ஊர்ந்து கொண்டிருந்த பூச்சியை விரட்டி, கல்லைச் சூடேற்றி இரண்டு முட்டைகளை அதில் ஊற்றிச் சாப்பிட்டாள்.

எப்போதும் காலை உணவு இதுவாகத்தான் இருந்தது. வேலைக்குச் செல்லும் இரண்டு மகன்கள்தான் அவளை கவனிப்பவர்களாவும், கட்டுப் படுத்துபவர்களாவும் இருந்தனர். திருமண வயதிலான மகள் வெளியூரில் லேப் டெக்னீசியனாக வேலைபார்த்து வந்தாள். வாரத்தில் ஒரு முறை வீட்டிற்கு வருவாள். வரும்போது வீடு சுத்தமாக இருக்கும். அதுவரை இப்படித்தான்.

கட்டிலில் உட்கார்ந்து மாத்திரைகளை வாயில் போட்டுத் தண்ணீரும் குடித்து அருகில் இருந்த பழச்சாறைப் பருகத் தொடங்கினாள். தூக்கத்திலேயே இந்த வாழ்வு கழிகிறதே என நினைத்தாள். கடிகாரம் நேராக இல்லாமல் சற்றுச் சாய்வாகவே காணப்பட்டது. உடுத்தும் துணிகளும் உடுத்தியதும் ஆங்காங்கே அலங்கோலமாகக் தொங்கிக்கொண்டிருக்க, தூசியும் வலையான்களும் இடத்தை ஆக்கிரமித்து இருந்தன. வீட்டில் அதன் அதன் நிலையில் எதுவுமே இல்லை.

நிலைக்கண்ணாடி முன் நின்று பலமுறை பார்க்கிறாள். ஒவ்வொரு முறையும் வேறு யாரோ போல் தோன்றுகிறது. தலை வலிக்க, "ச்சை இது நானே இல்ல, நான் செத்து பல வருஷமாச்சி. அதான் என்ன கட்டுனவனும் செத்துட்டானே" எனச் சொல்லிக்கொண்டே உரக்கச் சிரிக்க கண்களில் நீர் வழிந்தது. இவளின் சத்தம் கேட்டுப் பக்கத்து வீட்டுக் கிழவி தடியை ஊன்றி எட்டிப் பார்த்தாள். எதுவும் சொல்ல விரும்பாத கிழவி, தன்னிருப்பை மட்டும் அவளுக்குக் காட்டினாள். கிழவியைக் கவனித்தவள், "கெடக்க மாட்டா கிழவி, ஒரு சத்தம் கேட்டுரப்பிடாது வந்து எட்டிப் பாத்துரும். ம்க்கும், அவளுக்கென்ன கொறச்சல்" என்று தன் நிலையைப் பழித்துக்கொண்டாள்.

மீண்டும் அடுத்த வீட்டை எட்டிப்பார்க்க மதில் சுவரின் பக்கம் சென்றாள். சில மாதங்களுக்கு முன் அந்தச் சுவர் கட்டப்பட்டது. அந்த வீட்டில் சில வருடங்களுக்கு முன் ஒரு

தாயும் ஐம்பது வயதை நெருங்கும் மகனும் வாடகைக்கு வர, அவர்கள் சில மாதங்கள் இருந்துவிட்டு அவ்வீட்டைக் காலி செய்து சென்று விட்டார்கள். அப்போது அங்கிருக்கும் நபரைப் பார்க்க வெளியில் உலாவித் திரிவாள். அவன் தன்னையே பார்ப்பதாகக் கற்பனை செய்தாள். வீட்டிற்கு வருவோரிடம் குறிப்பாகப் பெண்களிடம், “நீங்க அங்க பாக்காதீங்க அவன் எப்பவும் இங்கேயே பாத்துட்டு இருப்பான்” எனச் சொல்வாள். வருபவர்களும் இவள் மனநிலையை எண்ணி பெரிதுபடுத்தாமல் சென்று விடுவார்கள்.

வீட்டின் உயரமான பகுதிகளில் இருந்து தன்னைக் கணவன் படுக்கைக்கு அழைப்பதாகச் சொல்லிக் கொள்வாள். “இருங்க பிள்ளைய ஒறங்கட்டும்” என வெட்கத்துடன் தூரத்துப் பொருட்களைப் பார்த்துச் சொல்லுவாள். “இவளுக்கென்ன பிள்ளைகள் பறக்க ஆரம்பிச்சவுடனேயே மாப்பிள கிறுக்குப் புடிச்சிருக்கு” என அக்கம் பக்கத்துப் பெண்கள் இவளைக் கேலி செய்தனர். “இருபத்தி நாலு வயசுல மாப்பிளைய தின்னுட்டா. பிள்ளைய சின்ன வயசா இருக்கும்போதே அம்மக்காரி கேட்டாளாம், ‘நீ இரண்டாவது கல்யாணம் பண்ணிக்க இந்தக் கொழந்தைங்கள நாங்க பாத்துக்குறோம்னு’ அப்போ வேண்டாம்னுட்டு இப்போ கிறுக்கு புடிச்சிடுச்சு சவத்து மூழிக்கு. நாய்குட்டிகளைப் போல மூனு பிள்ளைகள். ஒவ்வொன்னுக்கும் ஒரு வயசு வித்தியாசம். யாரு பாக்க முடியும் ஆனாலும் அவ அம்மா சொன்னால்ல. இப்போ என்ன வந்து போச்சி காலங்கெட்ட காலத்துல இவளுக்கு மாப்பிள கேக்குது” என் வசவுகளால் உறவுகள் எல்லோரும் திட்டவும் செய்தார்கள்.

இதனால் அசிங்கப்பட்டுப்போன அவள் மகன்கள், மதில் சுவரை உயர்த்திக் கட்டியும் அவளை வீட்டில் பூட்டி வைக்கவும் செய்தார்கள். மனநல மருத்துவரின் ஆலோசனையின் பேரில் மாத்திரைகள் வாங்கிக் கொடுத்தனர். பல நேரங்களில் முகம் பார்க்கும் கண்ணாடிகளை உடைத்தெறியவும் செய்வாள். எப்போது எது நடக்கும் என்று குழந்தைகளுக்குத் திகிலாகவே இருந்தது. அதனால் பக்கத்து வீட்டுக் கிழவியின் மருமகளுக்கு போன் செய்து, அம்மா மாத்திரை மற்றும் சாப்பாடு உண்டாளா என விசாரிக்கச் சொல்லுவார்கள்.

பீரோ இருக்கும் அறை பூட்டியேத்தான் இருக்கும். மாறாக அன்று திறந்திருக்க, அறைக்குள் சென்று லைட் போட்டு பீரோவைத் திறந்தாள். நகைகளையும் பட்டுப் புடவைகளையும் பார்த்ததும் அலங்காரம் பண்ணிக்கத் தோன்றியது. உடனே புடவையை எடுத்துக் கட்ட துவங்கினாள். ஏதோ புதிதாகக் கட்டுவதைப்போல் உணர்ந்தாள். இரண்டு நைட்டிகளை தவிர அவள் இப்படிச் சேலைகள் உடுத்திப் பல வருடங்களாகிறது. தன்னை அலங்காரம் பண்ணிக்கொண்டே, செடியில் கிடந்த பூக்களைப் பறித்து தலையில் சூடி, பொட்டிட்டு அழகு பார்த்து வியந்து நின்றாள். ஐம்பதை நெருங்கும் வயது என்றாலும் அவ்வளவு அழகாக இருந்தாள்.

அந்த அலங்காரத்துடனேயே மதியச் சாப்பாட்டைச் சாப்பிட்டு மாத்திரைகளையும் போட்டுக்கொண்டபோது தூக்கம் துரத்த கட்டிலில் படுத்துக்கொண்டாள். அந்திப்பொழுதில் வீடு வந்த மகன்கள் தாயின் நிலையைப் பார்த்துக் கோபம் கொண்டு எழுப்ப, தூக்கக் கலக்கத்தில் இருந்தவளின் கன்னத்தில் ஓங்கி அடித்தான் ஒரு மகன். வலி தாங்காமல் அழுதாள். இன்னொரு மகன் பிரம்பை எடுத்து வந்தான்.

"நாங்க மேலு நொந்து, செத்து உண்டாக்கிக் கொண்டு வாறோம். நீ வீட்டுல இருந்து மினுக்கி கெடக்கியா. பைத்தியம்னா இப்படியொரு பைத்தியத்தப் பாக்கல. யாராது வீட்டுல வந்து இந்த நகைகளை எடுத்துட்டுப் போனா அந்தக் குட்டிய எப்படி நாங்க கெட்டி குடுப்போம் சொல்லு" என்று பிரம்பால் அடித்தான்.

"ஒன்னு ஒழுங்கா இரு இல்ல எறங்கி எங்கையாவது எங்க கண்ணு காணாம போய் சாவு."

கை காலில் பட்ட அடியைத் தடவிக்கொண்டு, வசவுகள் இடியாய் இறங்கினாலும் எதுவும் சொல்லாமல் தன்னை வித்தியாசமாகப் பார்த்துச் சொன்னாள்,

"இதெல்லாம் நான் எப்ப போட்டேன்னு நினைவில்ல." ஏதோ பெரிய தவறு செய்தவளாய் மனம் பாரமாக இருக்க, எங்காவது சென்றுவிட வேண்டும் எனத் தோன்றியது. எப்படி போவது? எங்கே போவது? என வீட்டையே சுற்றிச் சுற்றி வந்து யோசித்தாள்.

கை கால்கள் வீங்கி வலி தாங்க முடியாமல் அழுதவளைப் பார்த்த மகன்கள் தவறு செய்துவிட்டோமோ என மனம் வெதும்பி வருந்தினார்கள். இளைய மகன் இரண்டு வாரம் வேலைக்குப் போகாமல் கவனித்துக் கொண்டான். யாரும் கவனியாத நேரம் ஒரு நாள் வீட்டை விட்டு வெளியேறினாள். அப்படி வெளியேறும் போது நல்ல மனநிலையிலேயே இருந்தாள். குழந்தைகளுக்கு இனியும் பாரம் கொடுக்கக் கூடாது, அவர்களே அவர்களைப் பார்த்துக்கொள்வார்கள் என்ற எண்ணத்தில் சாலையில் வெகுதூரம் தொடர்ந்து நடக்கலானாள். எதுவும் அற்ற பயணம், அவளுக்கு விடுதலை கொடுத்தது.

சாலையோர கடைகளில் தண்ணீரும் உணவும் சிலர் கொடுக்க, கால்கள் சோர்வுறாமல் நடந்தாள். தூங்க இடம் மட்டும், அந்த மெல்லிய இருட்டுக்குள் தேடியலைந்தாள். காற்றில் அசைந்தாடும் ஒளியைக் கண்டவள் அதை நோக்கி வந்து அரசமரத்தின் அடியில் படுத்துத் தன்னை நிதானப்படுத்தினாள். முடிவுகள் திடீரென வருவதில்லை போலும். நீண்ட காலத்தின் தொடர்ச்சியான எண்ணங்களே திடீர் முடிவுக்குக் காரணம்.

எவ்வளவு தூரம் கடந்து வந்தாள் என்று நினைவில்லை. காற்றில் கலந்து வரும் கற்பூரத்தின் வாசனையும் பூக்களின் நறுமணமும் மெல்லிய மணிச் சத்தமும் ஒலிக்க, எங்கிருந்து சத்தம் வருகிறது என்று எழுந்து நோக்கினாள். பார்க்கும் திசையிலேயே அம்மன் கோயில் இருந்தது. கோயிலின் வாசலில் போய் உட்கார்ந்தாள். காலை உணவு கிடைத்தது. சற்றுத் தொலைவில் கடல். குளிர்ந்த காற்றும் அலையின் ஓசையும் அவளைப் புது மனுஷியாக உணர வைத்தது.

கோயிலுக்கு வருவோரில் சிலர் கொடுக்கும் துணி மற்றும் தின்பண்டங்களை வாங்கிக் கொண்டாள். இரண்டு வேளை கிடைக்கும் உணவு போதுமானதாக இருந்தது. அதிகம் பேசாமல் செய்கை மட்டும் தனதாக்கினாள்.

மகன்கள் அவளைக் காணவில்லை எனப் புகார் கொடுத்துவிட்டு சில நாட்கள் தேடினார்கள், பின் அதையும் நிறுத்திக் கொண்டார்கள். மாதங்கள் கடந்தபோதிலும் அவளை யாரும் தேடிவரவில்லை. இன்னும் உயிருடன் இருப்பது எதற்காக என்ற கேள்விக்கு விடை கிடைக்காமல் குழம்பினாள். அதனால் உயிருடன் இருப்பதைக்காட்டிலும் இந்தக் கடலில்

உயிரை மாய்த்துக் கொள்ளலாம் என்று முடிவு செய்தாள். மாலை நேரம் கடற்கரை நோக்கி வந்தாள். கடற்கரையைச் சுற்றி மீனவர்களின் வீடுகள் இருந்தன. சற்றுத் தொலைவில் மாதா கோயில் ஒன்று இருந்தது. அதில் புறாக்கள் வந்து இருப்பதும் பறப்பதுமாக இருந்தன. ஒருநேரமும் ஒழுங்கிற்கு வராத சேலையை மடிப்பதுபோல் கடல் சோர்வுறாமல் மடித்துக்கொண்டே இருந்தது.

வட்டமடித்துப் பறந்து கொண்டிருந்த பருந்துகளைக் காக்கை கூட்டங்கள் துரத்திச் சென்றன. கடற்கரையில் உணவுக்காக அலைமோதி கொத்தித் திரிந்தது நீர் வாழ் பறவைகள். தூரத்தில் நின்ற ஒற்றைக் கொக்கு, அலையில் வரும் மீனை எதிர்பார்த்துக் காத்திருந்தது. கடற்கரையெங்கும் மஞ்சள் ஒளி பரவ, மீனவ ஆண்கள் பலர் ஆங்காங்கே ஓலைக் கீற்றுகளால் மறைத்து சீட்டாடிக் கொண்டிருந்தனர். அருகிலேயே விசேஷ வீடு ஒன்றில் பாடல் ஒலித்துக்கொண்டிருந்தது.

கடற்கரையெங்கும் கைவிடப்பட்ட நோயுற்ற தெரு நாய்கள், குளிர்ச்சியான மணலைப் போர்த்திக்கொண்டன. எதோ புதுமையான உலகிற்குள் நுழைவதைப்போல இருந்தது அவளுக்கு. வெகுநேரம் ஆகிவிட்டிருந்தது. நினைவுகள் பின்னிக்கொண்டு தலைவலிப்பதாக இருக்க, மீண்டும் இருப்பிடம் நோக்கி நடந்து போகும் வழியில் கையில் இருந்த சில்லறை காசைக் கொடுத்துக் கடையில் டீ குடித்தாள். கடையில் நின்ற ஆண்கள் ஒரு மாதிரியாகப் பார்க்க, அவளோ தன்னை யாரென்றே காட்டிக் கொள்ளாமல் இருப்பிடத்தில் வந்து உட்கார்ந்து விபூதியை எடுத்து நெற்றியில் பூசிக்கொண்டாள்.

மறுநாள் மதிய வேளையில் கடற்கரை நோக்கிச் சென்றாள். கடல் ஒவ்வொரு வேளையும் தன்னை மாற்றிக்கொண்டேயிருந்தது. எதுவும் எப்போதும் ஒன்றுபோல் இல்லை எனத் தோன்றியது. சுள்ளென்ற வெயிலுக்குக் கைகளை நெற்றிக்கு அடைகொடுத்துத் தூரத்தில் நோக்கினாள். அங்கே நீண்ட நேரமாக ஒரு நாய் கடல் அலையைப் பொறுமையோடு பார்த்து நின்றது.

நாயை நோக்கி நடந்தாள். நாய் இவளைக் கண்டு கொள்ளாமல் முகத்தை மட்டும் இவளுக்குக் காட்டி நின்றது. அருகில் வரும் அலைகளுக்காகக் காத்து நின்ற நாய், அலையில் அடித்துக் கரையில் வரும் நண்டு, பூச்சிகள் மற்றும் சிறிய மீன்களைச்

சாப்பிட்டது. வெயில் அதிகமானதால் அருகில் இருந்த ஓலைக் கீற்றுக்குள் போய்ப் பதுங்கிக் கொண்டாள். சற்று நேரம் இளைப்பாறிவிட்டு வெளியே வந்த போது அந்த நாயைக் காணவில்லை. கடற்கரையில் ஆள் நடமாட்டம் இல்லாத நேரங்களில் மட்டும் அந்த நாய் வந்தது, இவளும் அதைப் பார்க்க நேர்ந்தது.

அன்று மாலை வேளையில், அவள் சாப்பிட்ட மிச்சத்தைப் பொதிந்து அந்த நாய்க்குக் கொடுப்பதற்காகக் கொண்டு வந்தாள். மறு வாரம் வரும் புயலுக்கு எச்சரிக்கை விட்டிருந்ததால் கடற்கரை வெறிச்சோடிக் கிடந்தது. மேகம் கறுத்து மழைக்கான கூறோடு இருக்க, குளிர்க் காற்றும் வீசிக்கொண்டிருந்தது. நாயைக் கண்டவள் அதன் அருகில் போகாமல் சற்றுத் தொலைவிலேயே இருந்து உணவை வைத்தாள். அது அதைத் திரும்பிப் பார்த்து மீண்டும் அலையையே எதிர்பார்த்துக் கொண்டிருந்தது. நாயின் செயல் வித்தியாசமாக இருந்ததால் அதனைக் கவனித்தாள்.

சூடு மெல்ல மெல்ல குறைய ஆரம்பித்ததும், கொஞ்சம் இடைவெளிவிட்டே மணலில் உட்கார்ந்தாள். அவள் அவளோடு இல்லாதது போல உணர்ந்தாள். நாய் அவளைப் பார்த்துப் பலமாகச் சிரித்தது. சிரிப்பின் சத்தம் அவளை எரிச்சலூட்டியது.

"ஒரு நாயா இருந்துட்டு, எதுக்காகச் சிரிக்கிற?"

நாய் மீண்டும் கடல் அலையை நோக்கித் தனது தாடையை உயர்த்தி, "அதோ தூரத்தில் தெரிகிறதே கடல் அது எப்போ கிட்ட வரும்னு காத்திருக்கேன். ஆனா கடல் கிட்ட வாறதேயில்லை. ஒருதுளி நீர்தான் இங்க வருது" என்றது.

"எதுக்காகக் காத்திருக்க?"

"கடலின் ஆழத்தைக் காண."

"சரி, நீ எப்படி இங்க வந்த?"

நாய் தனது கதையைச் சொல்ல ஆரம்பித்தது.

கட்டி முடிக்கப்படாத மூன்று மாடிக் கட்டடத்தில்தான் நான் பிறந்தேன். கட்டட வேலை செய்பவர்கள் சாப்பிடும் உணவு எனக்கும் அம்மாவுக்கும் கிடைத்தது. பல மாதங்களுக்குப் பிறகு அந்தக் கட்டடத்திற்குப் பால் காய்ச்சினார்கள். அப்போது எங்க அம்மாவிற்கு நிறைய ஆகாரம் கிடைத்தது.

உப்பு நீர் | 111

அதனால் நானும் ஆரோக்கியமாக இருந்தேன். திடீரென என்னையும் அம்மாவையும் வெளியே தள்ளி, பெரிய கேட் போட்டுவிட்டார்கள் அதனால் தெருவில் படுத்திருந்த என்னைச் சிறுவன் ஒருவன், அவன் வீட்டிற்குத் தூக்கிச் சென்றான்.

என்னைக் கொஞ்சும் குடும்பம் கிடைத்தது. அவர்கள் மேல் அதிக அன்பு காட்டினேன். கண்ணியமாகக் காவல் காப்பவளாக இருந்தேன். சில காலம் எனக்குள் ஏற்பட்ட மாற்றம், மற்ற ஆண் நாய்களைக் கவர்ந்தது. அவை என்னைத் தேடி அடிக்கடி வர ஆரம்பித்தன. அந்த வீட்டின் உரிமையாளருக்கு அது பிடிக்கவில்லை.

அதிகமாகத் திட்ட ஆரம்பித்தார். உடனே என்னை வீட்டைவிட்டுத் துரத்தும்படி அவன் மகனிடம் சொன்னார். அவன் என்னை ஒரு முட்காட்டிற்குள் விட்டு வந்தான். அவன் போன வழியே நானும் பின்னால் சென்று வீடு வந்துவிட்டேன். இதேபோல் பல தடவை அவர்கள் செய்த போதும் வீடு வந்துவிட்டேன். ஆத்திரம் கொண்ட உரிமையாளர், என்னை ஒரு சணல் சாக்கில் கட்டி, பைக்கில் வைத்து வெகுதூரம் அழைத்து வந்து இந்தக் கடற்கரையில் விட்டுச் சென்றார். யாரோ என்னை அவிழ்த்து விட்டார்கள். அதிலிருந்து இங்கேயே சுற்றியலைகிறேன்.

அத்தனை அடிகளும் என்மேல்தான் விழும். பல நேரங்களில் கொடூரமான இரத்த காயங்களோடுதான் என் வாழ்க்கை கழிகிறது. ஐந்து மாதங்களுக்கு முன் மனிதர்கள் என் உறுப்பை வெட்டிவிட்டார்கள். அதனால் எங்கும் செல்ல முடியாமல் இந்தக் கடற்கரையே தஞ்சம் எனக் கிடக்கிறேன்.

இப்போதெல்லாம் என்னை யாரும் நெருங்குவதில்லை. இந்தப் புழுவைத்த பாதி உடல்தான் காரணம் என்று சொல்லி, அதன் பிட்டத்தை அவளுக்குக் காண்பித்தது.

அதன் முகத்தில் உலகின் அத்தனை இறைவனையும் கண்டாள்.

வலிகளுக்குள் மறைந்த சாந்தமான முகம் அது. யாரோடும் வலியைச் சொல்லாமல், உப்பு நீர் அந்தப் புண்களில் படும்போது எரிச்சலை உணர்ந்தாலும் பசிக்காகக் கடலை நாடி நிற்கின்றது. கண்களை மூடி தன் நிலைக்குள் வந்தவளுக்கு,

யாரோ தன்னோடு பேசியது நிழலாய் மறைந்தது. நாய் தூரமாக மறைந்து செல்வதைக் கவனித்தாள்.

இரவு நெருங்கிக் கொண்டிருந்தது. ஆலயத்தின் மணியோசை கேட்க, எழுந்து இருப்பிடம் சென்று உறங்கினாள். இரண்டு நாள் தூக்கம். எழும்பவேயில்லை. உடல் அனலாய்க் கொதித்தது. புயல் திசைமாறியது. நடு இரவில் சூறாவளிக் காற்றால் மரம் சலசலத்து ஆடியது. பெரிய மரக்கிளை ஒன்று முறிந்து கண் இமைக்கும் நேரத்தில் அவள் மேல் விழுந்தது. கண் விழித்துப் பார்க்கும்போது அரசு மருத்துவமனையில் இருந்தாள்.

அடிபட்ட காயத்தைப் பார்த்தபோது அந்த நாயின் நியாபகம் வந்தது. சில வாரங்கள் இருந்து காயம் ஆறிவர, அவளை மருத்துவமனை சார்பில் தொண்டு நிறுவனம் ஒன்றிற்கு அனுப்பி வைத்தார்கள். ஆதரவற்றோர் இல்லத்தில் தன் பெயரை மாற்றிச் சொன்னாள். வந்த ஒரு மாதத்தில் அவ்விடம் அவளுக்குப் பிடித்துப் போக, நல்ல மருந்தும் கவனிப்பும் உணவும் அவளை ஆரோக்கியமாக மாற்றியது. அன்று மருத்துவப் பரிசோதனைக்கான குழு ஒன்று ஆதரவற்றோர் இல்லம் வந்தது. மருத்துவ பரிசோதனை நடந்தது. அப்போது ஒரு பெண் இரத்த மாதிரிகளைச் சேகரித்த வண்ணம் இருந்தாள். அவளைத் தூரத்தில் நின்று பார்த்துக்கொண்டிருந்தவள் தன் மகள் என அடையாளம் கண்டாள். சிறிது நேரம் நின்று பார்த்துவிட்டு, தன்னை மறைத்துக்கொள்ள கழிவறை நோக்கிச் சென்றாள்.

□

நட்சத்திரச் சிவப்பு

அவனின் இறப்புச் செய்தி குறித்து நிபியோடு நான் பேசிக்கொண்டேயிருந்தேன். பேச்சின் இடையே அங்கிருந்த நிபியின் முதலாளி அவனை நிபிக்கு நன்றாகத் தெரியும் என்றார்.

"ஓ தெரிந்திருக்கலாம் பல பேர் வந்து போகும் அலுவலகம் அதனால் தெரிந்திருக்கலாம். இதில் என்ன?"

இறந்தவன் குறித்த தகவல்களைக் கேட்கவும் அவன் வாழ்க்கை குறித்துக் கேட்கவும் ஆவலாக இருந்தாள்.

நிபியின் முதலாளி வெளியே கிளம்பியவுடன் சொல்ல ஆரம்பித்தேன்.

அவன் சமீபத்தில் தான் ஒரு பெட்டை ஆட்டுக்குட்டி வாங்கினான் அதற்கு அம்மு என்று பெயர் வைத்தான். அந்த ஆட்டுக்குட்டிக்குக் குளத்தங்கரையில் வளர்ந்து நிற்கும் பசிய இலைகளைப் பறித்துக் கொடுப்பான். ரோட்டைக் கடந்தால் அதுவாகவே நல்லவை பார்த்துத் தின்றுவிடும். ஆனால் அவன் ரோட்டைக் கடக்க விடுவதே இல்லை. புல்லைக் கொடுக்கும்போதே அதைச் செல்லமாகத் திட்டுவான். அவன் தெரிவு செய்து அறுக்கும் புல் அத்தனை மணமுடையதாக இருந்தது.

ஆட்டுக்குட்டி வாங்குவதற்கு முன்பாக அழகான புஸ் புஸ் என்ற வெள்ளை நிறத்தில் ஒரு நாய் வளர்த்தான். அது ரோட்டில் விளையாடும்போது வண்டியில் அடிபட்டு இறந்துவிட்டது. அதன்

பிறகு கருப்பு மற்றும் செவலை நிறத்தில் நாய்கள் வளர்த்தாலும் எல்லாம் அடிபட்டே இறந்துவிட்டன. அதனால்தான் அவன் ஆட்டுக்குட்டியை வளர்க்க ஆரம்பித்திருக்கிறாள். ஆடு அவன் கூடவே படுத்துக்கொள்ளும். ரோட்டோர அரசு நிலத்தில் தான் வீடு. பெரிதாக ஒன்றுமில்லை. இருபதடி நீளம் ஏழு அடி அகலம் உள்ள சிறிய அறை. அதை ஒட்டியே சிறிய கழிவறை.

வீட்டின் முன் பல வருடங்களாக பல ஊர் சாக்கடைகள் தேங்கி நிற்கும் குளம். உள்ளே சாக்கடை நீர் என்றாலும் வெளியே பார்ப்பதற்கு அற்புதமான இயற்கைக் காட்சி. பல வகைப் புற்கள், செடிகள், கொடிகள், மலர்கள் எனக் குளம் அலங்காரம் செய்து அனைவரின் கண்களுக்கும் தன்னை ஆரோக்கியமாகக் காட்டி நிற்கும். குளத்துப் படித்துறையில் உட்கார்ந்து கதைகள் பேசிச் செல்பவர்கள் அவன் அம்மாவின் ஆண் வாடிக்கையாளர்கள். அதில் முதியோர்களே அதிகம்.

வெத்தலைப் பாக்கு மற்றும் காய்கறிகள் வாங்கி விற்பது அவளின் வாடிக்கையான வேலை. அரசு சாராயக்கடையை மூடும் நாட்களில் அவற்றை முன்னதாகவே வாங்கி வைத்து விற்பாள். அதில் கொஞ்சம் அதிகமாகவே வருமானம் கிடைக்கும். அவள் விரும்பும் ஆண்களோடு உறவு கொள்வாள். அவளைப் பார்ப்பதற்கு ஆரோக்கியமற்று வறுமையோடு தளர்ந்த தோல்களை உடைய கறுத்த பெண்போல தெரியும். ஆனால் இளமையில் அழகி என்றே சொல்லலாம். அவள் மகனுக்கு முப்பதை தாண்டும் வயது என்றாலும் முதுமையின் தோற்றம் மெலிந்து வீங்கிய உடல். அழுகிய பழத்தின் தோற்றத்தை உடையவன். பல நாட்கள் வேலைக்குப் போகமாட்டான். நீர்ப்பறவைகளின் ஒலிகளைக் கேட்டவாறு குளத்தங்கரைப் படித்துறையிலேயே படுத்துக் கிடப்பான். பல நேரங்களில் அவன் குடிசைக்குள் இருந்து முயங்குதலின் ஒலியைக் கேட்கலாம். மத்தியானம் ஆள் அரவமற்ற நேரத்தில் அதிகமாகக் கேட்கும்.

ஒரு மழை நாளில் நனையாமல் இருக்க அவன் வீட்டுப் பக்கம் ஒதுங்கினேன். வேகமான காற்றில் மேற்கூரை கிழிந்து மழைநீர் வீட்டில் சொட்டிக்கொண்டிருந்தது. அப்போது அவன் அம்மாவிடம், “கொஞ்சம் பணம் போட்டு இந்தக் கூரையை மாற்றலாமே” என்றேன். உள்ளே நாடகம் ஓடிக்கொண்டிருந்தது. அவன் அந்தக் காட்சிகளை அவ்வளவு உன்னிப்பாக கவனித்துக்கொண்டிருந்தான்.

"நேற்றுதான் மகன் புது டிவிவாங்கினான். அடிக்கடிப் பழுதடையும் டிவியை வைத்துப் பார்த்து வந்தோம்" என்றாள். அதைச் சொல்லும் போது அவள் முகத்தில் அத்தனை மகிழ்ச்சி. வீட்டுக் கூரையின் பெரிய ஓட்டையைப் பார்த்து, "அரசாங்கம் வீட்டை இடித்தால் என்ன செய்ய முடியும்" என்று சொல்லியவாறே வாயில் மென்ற வெத்தலை நீரை நடையில் தெளித்தாள். அது நட்சத்திர சிவப்பாய் மழை நீரில் கலந்தது.

மாலை நேரத்தில் தினமும் வெளியே நாற்காலிபோட்டு வருவோர் போவோரை வேடிக்கைப் பார்த்துச் சிரித்துக்கொண்டிருப்பாள். நான் வரும்போதும் போகும்போதும் அன்போடு விசாரிப்பாள். அம்மாவையும் மகனையும் தேடி உறவுக்காரர்கள் வருவதில்லை.

ஒரு வாரம் காய்ச்சல் கண்டு கிடந்த அம்மாவிற்கு உதவிகள் செய்தான். சமையல் செய்வது முதல் அவளைப் பராமரிப்பது என அத்தனை வேலைகளையும்தானே செய்தான். சிறிய வீட்டிற்குள் அவர்களின் பெரிய உலகம் உருண்டு கொண்டேயிருந்தது.

இரவு அவசரமாகச் சென்று கொண்டிருந்தேன். அவளின் அழுகுரல் தனியே ஒலித்தது. படித்துறையில் யாரும் இல்லை. மழை பெய்து ஓய்ந்த ஈர மண். இருட்டுப்பூச்சிகளின் ஒலிகளின் ஊடே பெருங்குரலெடுத்து அழுதாள். கைவிடப்பட்ட உறவின் வலி. சாலை அதன் போக்கில் உணர்வின்றிக் கிடந்தது. சட்டெனக் கால்கள் குடிசைக்குள் போக எத்தனித்தது. ஆனால் அவசரம் காரணமாக என் வேலையைப் பார்க்கப் போய்விட்டேன். வழியில் போகும் போதே என்ன நடந்திருக்கும் என்று யோசித்தேன். ஒரு வேளை அம்மாவும் மகனும் சண்டையிட்டு அழுகிறார்களோ என்று எண்ணினேன். இல்லை, நேற்றுதான் அவன் அம்மாவை, "ஏய் செல்லக்குட்டி அம்மா செல்லக்குட்டி அம்மா" எனக் கூப்பிட்டான். அதைக் கேட்டுக்கொண்டே போகும்போது எனக்குள் அத்தனை சந்தோஷம்.

திரும்பி வரும்போது அவன் வீட்டின் முன் ஆட்கள் கூடி நின்றார்கள் அவர்களுக்குள் ஒருவன் பேசிக்கொண்டான்,

"பணம் ஏதாவது வச்சிருக்கியா எல்லா ஏற்பாடும் செய்திடலாமா?"

அவள் தலையசைத்தாள்.

நான் கடந்து செல்லச் செல்ல ஊதுவத்தியின் வாசம் மரணச்செய்தி சொல்லியது. நான்காவது நாள் அவன் அம்மா

வெளியில் நின்றாள். ஆடு அதன் போக்கில் புல்லைத் தின்று கொண்டிருந்தது. துக்கம் விசாரிக்காமல் செல்வது சரியல்ல என்று நினைத்து அவளிடம் சென்று கேட்டேன்.

"அவனுக்குக் கல்லீரல் பாதிப்பு வந்து மஞ்சள் காமாலை உண்டு. விதை வீக்க நோய், சிறுநீரகப் பிரச்சினையும் இருந்துச்சு. ஆப்ரேஷன் பண்ண சொன்னாங்க. திருவனந்தபுரம் மெடிக்கல் காலேஜ் கொண்டு போங்கன்னு சொன்னாங்க. மருத்துவம் செஞ்சாலும் பொழைக்கியது கஷ்டம்னு சொல்லிட்டாங்க. அது மட்டுமில்ல ஏழு, எட்டு லட்சம் செலவாகும். எனக்கிட்ட ஏது பணம். அதனால இருக்குறது வரையும் இருக்கட்டும்னு உட்டுட்டேன். ஆனா ஒரு நாளுக்கூட கெடையில இல்ல. எல்லா வேலையும் அவனே செய்வான். எனக்குக் கறி சோறுகூட ஆக்கிப்போடுவான். கடைசியா தண்ணிக் கேட்டான். எனக்க மகனுக்க உயிர் வாய் வழியா போச்சு" என்று சொல்லிக் கண்கள் கலங்கி வாயைத்திறந்து காண்பித்தாள்.

நான் குளத்துச் சப்பாத்தையே பார்த்துக்கொண்டிருந்தேன். ஆட்டுக்குட்டி அதில் படுத்திருந்தது. கண்களைத் துடைத்து இயல்பாகவே அடுத்த வேலைக்கு கடந்து சென்றாள். வீடு எந்தச் சோகத்தையும் தேக்கி வைக்கவில்லை. அது அதன் இயல்பிலேயே இருந்தது.

ஒரு போதும் அவனை வளர்ப்புக் குழந்தை என்று அவள் சொன்னதேயில்லை. ஊராருக்கும் தெரியாது. யாருமற்றவள், ரயில்வே தண்டவாளங்களில் கிடைக்கும் பிளாஸ்டிக் பொருட்களைச் சேகரித்து விற்று அதில் தனது வாழ்வைக் கழித்தவள். அப்போது தனியாக அழுது கொண்டு கிடக்கும் இவனைக் கண்டெடுத்து கூடவே வைத்துக் கொண்டாள். ஒரு மாதமாகியும் யாரும் தேடி வராததால் தன்னோடு வளர்க்க ஆசைப்பட்டு, இடம்விட்டு நகர்ந்து இந்த இடத்திற்கு வந்து சேர்ந்தார்கள். அப்பா என்று கேட்கும்போது அன்று முழுவதும் குடித்துப் போதையில் இருப்பாள். அதனால் அவன் அப்பா என்ற சொல்லையே உபயோகிப்பது இல்லை.

அவனை விரும்பி வந்த பெண் வேறு வீடு பார்த்துத் தனியாகச் சென்றுவிடலாம் என நச்சரித்தபோதும் வலுக்கட்டாயமாக மறுத்தான். அம்மா தனியா இருப்பா, போக வேண்டாம் இங்கேயே இரு என்றான். ஆறு மாதங்கள் அவனோடு

வாழ்ந்து அவனைவிட்டுப் பிரிந்து அம்மாவீடு சென்றவள், அவன் குழந்தையைப் பெற்று, குழந்தையில்லாத தம்பதிக்குத் தத்து கொடுத்துவிட்டு வேறு ஒருவரைத் திருமணம் செய்து கொண்டாள். அவன் உயிர் பிரிந்தாலும் எங்கோ அவன் உயிர் வாழ்கிறது.

நான் சொல்லி முடித்தவுடன்,

"அப்படியா?" என்றாள் நிபி.

"ஏன்?"

"ஒரு மாதத்திற்கு முன் அவன் இங்கு, தோள் பை ஒன்றைக் கையில் வைத்தபடி வந்தான். வாடிக்கையாளர்கள் யாரும் இல்லை."

"அம்மு உன்னை ரொம்ப பிடிக்கும் அதிலும் உன் கண்கள் அவ்வளவு வசீகரமானவைகள் அம்மு. பல மாதங்களாகத் தூரத்தில் தெரியும் டீக்கடையில் நின்று டீ குடித்தவாறே, உன்னை நான் தினமும் கவனிப்பேன். கண்ணாடி கதவுகள் வழியே அம்முவின் கண்களை மட்டுமே காண்பேன்."

"நான் தூங்கும்போது அம்மு உன் கண்கள் என்னைத் தொந்தரவு செய்யுது."

"அம்மு உன்னை நான் விரும்புறேன்."

"நான் குடிக்கக் கூடியவன். உன்னால் மட்டுமே என்னைத் திருத்த முடியும் அம்மு."

"தெனமும் வேலைக்குப் போவேன், சம்பாதிக்கிறேன். வீடு சின்னது. நான் பள்ளிக்கூடம் போனதில்ல. அம்மு என்னை விரும்பினால் நான் வாழ்வேன்."

"எனக்கு என்ன சொல்லன்னே தெரியல."

"அண்ணா எனக்கு அடுத்த இரண்டு நாளில் கல்யாணம்" என்று அவனைப் பார்த்துச் சொன்னேன்.

அவன் அத காதில் வாங்கிக் கொள்ளவேயில்லை. பிறகு முதலாளி வந்ததும் சொல்லிக்கொடுத்தேன். அவனைத் திட்டி அனுப்பினார். அதன் பிறகு அவன் வரவேயில்லை.

"நானே பல வருடங்களாக என்னவனைக் காதலித்துப் பல போராட்டங்களுக்குப் பிறகு திருமணத்தில் வந்து முடிஞ்சிருக்கு. குறிப்பா காதலித்த நாள் முதல் கணவனாகப் போறவரை அம்முன்னுதான் கூப்பிடுவேன். கல்யாணத்திற்கு என்ன புடவை எடுக்கலாம், நகை எடுக்கலாம்னு நாங்க பேசிக்கிட்டு இருக்கிறப்ப இவன் இப்டிச் சொன்னதும் பயங்கர கோவம் வந்துச்சு."

"அப்போ கல்யாணம் ஆனத மறச்சி பொய் சொல்லியிருக்கான்?"

நான் சிரித்துக் கொண்டே சொன்னேன், "உன் கண்கள் உண்மையில் வசீகரமானது தான்."

"இத்தனை நோய்களை வச்சிக்கிட்டு அவனுக்கு ஒரு காதல் கேட்டுருக்கு."

"ஒரு வேளை இந்த எண்ணத்தால் கூட உயிர்வாழ சாத்தியம் இருந்திருக்கும்" என்றேன்.

வாடிக்கையாளர்கள் வரவே நான் எனது வேலையைச் செய்ய ஆரம்பித்தேன்.

அவள் செல்போன் அடித்துக்கொண்டேயிருந்தது. அதில் அம்மு காலிங் என வந்தது.

நான் மேலும் புன்னகைத்தேன்.

மாலை நேரம் வீடு வரும்போது அந்தச் சிறிய ஆட்டுக்குட்டியைப் பிடித்துக் கயிற்றால் கட்டியபடியே அவன் அம்மா சொன்னாள்,

"குட்டியே அம்மு, இங்க வா பச்ச இலையா இருந்தாத்தான் தின்னுவியா? இந்தப் பய எப்படிப் பழக்கப்படுத்தி வச்சிருக்கான் பாரு" மகன் வீட்டில் இருப்பதுபோலவே அவனைத் திட்டினாள்.

"போக்காளன் என்ன வேலை செய்திருக்கான். இத யாருக்கிட்டையாவது வித்துடனும்." நான் ஆட்டின் கண்களைப் பார்த்தேன்.

அது அம்முவின் கண்கள் இல்லை.

- வாசகசாலை இணையஇதழ் 100

□